AF561978

Lâm Nguyễn & Philippe Ngo

Hành Trình Chàng Khờ trong Tarot (The Fool's Journey in Tarot)

NHÂN ẢNH
2021

Cover design by Uyen Nguyen Tran Triet

Cover image, *The Pedlar, closed state of The Hay Wain*, by Jheronimus Bosch (1450-1516), provided by Wikimedia Commons, is under Public Domain Mark 1.0. This work is in the public domain in its country of origin and other countries and areas where the copyright term is the author's life plus 100 years or less. This work has been identified as being free of known restrictions under copyright law, including all related and neighboring rights. This photographic reproduction is therefore also considered to be in the public domain.

Interior images, from Rider Waite Deck, by Pamela Coleman Smith, provided by Wikimedia Commons. These images are in the public domain in the United States because its were first published outside the United States prior to January 1, 1923. These cards from the Rider-Waite-Smith deck published in the US in 1909, and no longer under copyright in the US. This is NOT the modified and recoloured US Games version published in 1971 (which is still under copyright). This photographic reproduction is therefore also considered to be in the public domain.

Copyright © 2015 Lâm Nguyễn & Philippe Ngo. All rights reserved. No part of this publication may be reproduced, distributed, or transmitted in any form or by any means, including photocopying, recording, or other electronic or mechanical methods, without the prior written permission of the authors, except in the case of brief quotations embodied in critical reviews and certain other noncommercial uses permitted by copyright law.

For permission requests, write to the authors, addressed "Request Permissions" at the email below.

contact@tarothuyenbi.info

ISBN: 978-1-989993-95-8

« hành trình chàng khờ cũng là hành trình tâm linh của loài người,tôi nói về loài người viết thường chứ không phải viết hoa. »

- Philippe Ngo

LỜI BẠT

Có nhiều phương pháp để luận giải Tarot. Đó có thể là phương pháp Chiêm Tinh, hoặc là phương pháp Cây Sự Sống song phổ biến nhất vẫn là phương pháp Hành Trình Chàng Khờ. Nhiều người biết, nhiều trang viết nhưng hiếm có ai hoàn chỉnh một cách toàn vẹn về phương pháp này. Theo một nhẽ thường, người ta diễn dịch phương pháp luận giải này theo hướng kể chuyện để dẫn dắt người khác bước vào thế giới của Tarot, song vì không nắm được ý nghĩa uyên áo bên trong mà các câu chuyện bị đẩy đi quá xa rời cốt lõi của Tarot. Việc luận giải bằng cách xây dựng câu chuyện cần dựa trên ý nghĩa cơ bản của các lá bài Tarot theo các trường phái.

Thực lạ một điều, là không chỉ ở Việt Nam mà cả ở nước ngoài thì phương pháp này là một cách luận giải được sử dụng rất nhiều. Song dường như chưa có một tài liệu, sách vở nào về phương pháp này một cách đầy đủ. Câu chuyện về sự gặp gỡ, trải nghiệm của Chàng Khờ được diễn ra trong hai mươi hai lá chính mà hiếm khi đề cập hoặc chỉ viết một cách sơ lượt về cách luận giải theo phương pháp này đối với các lá số cũng như lá mặt trong bộ ẩn phụ.

Khi cầm trên tay bản thảo của cuốn sách này, tôi thực sự kinh ngạc!

Thứ nhất, tác giả cuốn sách này đã chỉ ra được đường dẫn bên trong phương pháp này. Đường dẫn này có thể ví như gốc rễ của phương pháp, để từ đó phát triển các luận giải. Bản thân tôi, trước nay biết rõ song vẫn chưa hiểu sâu về phương pháp này, hệt như người biết kiếm chiêu nay bỗng " hốt nhiên đại ngộ", thấu tỏ kiếm ý. Thứ hai, tác giả đã kết hợp giữa phần luận giải và tổng hợp ý nghĩa của các trường phái lớn để giúp bản thân người đọc có cái nhìn bao quát hơn trong nghiên cứu cũng như ứng dụng vào thực tiễn.

Thứ ba, tác giả đưa ra những chủ đề mới như việc xem xét các lá số, các lá mặt theo phương diện về chủ điểm trạng thái hay chủ điểm tư chất, mà trước nay ít người đề cập đến.

Với tôi, đây thực sự là một cuốn sách có giá trị, không chỉ cho các bạn người mới mà còn có rất hữu ích đối với những người đã nghiên cứu lâu năm. Đọc, lắng nghe quan điểm cũng như chiêm nghiệm những suy luận của tác giả để ấn chứng kiến thức, phương hướng của bản thân.

Thú thực, khi chỉ mới cầm bản thảo trên tay mà chưa đọc, tôi rất chán ngán. Vì bản thân nghĩ rằng sẽ phải đọc lại những gì đó cũ kỹ mà tự thân đã thấu. Nhưng không. Cuốn sách này đã không làm tôi thất vọng. Vì với tôi, đọc sách không phải là tự soi mình, hòng tìm thấy mình trong đó, mà là tìm lấy những điểm khác biệt để học hỏi. Chứ đọc đi nhai lại những điều mình đã biết thì nhạt nhẽo lắm!

Cám ơn tác giả vì cuốn sách này. Không chỉ vì kiến thức, mà còn là ẩn ý sâu bên trong những con chữ. Không phải mỗi chúng ta bước vào đời với sự thơ ngây khờ dại, lòng dễ khóc dễ tin theo sao? Trên hành trình này, chúng ta đã phải khóc cười nổi trôi bao bận, đã phải đeo bao nhiêu cái mặt nạ rồi? Liệu chúng ta có đủ sức mạnh như chàng khờ, để hân hoan bước đến bờ vực bất định của cuộc đời. Hay chìm mãi trong vũng lầy của chúng ta, rồi mãi hoài quay cuồng.

"Cuộc đời này, là của mình. Chính thân mình phải đi qua nó, như ý nguyện của mình. Dẫu ngày mai có sướng vui khổ đau gì thì mình không hề hối tiếc vì chọn lựa của bản thân." Đọc đến trang cuối cùng của cuốn sách này, tôi đã nghĩ như vậy. Còn bạn?

Phùng Lâm,
nhà văn, tác giả tập truyện ngắn Tears of Winds.

NỘI DUNG

LỜI NÓI ĐẦU

The Fool's Journey in Tarot là tên của cuốn sách này, và qua cái tên của nó đã thể hiện được tinh thần của cuốn sách, tức là cuốn sách viết về hành trình của chàng khờ trong Tarot. Tại sao lại gọi tên sách như vậy, vì Tarot thực sự là mảng rất lớn trong huyền học, trong Tarot cũng có rất nhiều sự phân chia về trường phái, các cách thức luận giải cũng như chuyện phân chia các chuyên ngành trong bộ môn khoa học vậy. Hành trình chàng khờ là cách luận giải dựa trên sự khởi đầu của lá The Fool (chàng khờ), thông qua sự kết nối theo trình tự các lá bài mà viết lên câu chuyện về cuộc hành trình của chàng xuyên suốt 78 lá bài Tarot để qua đó luận giải ý nghĩa các lá bài. Đặc điểm quan trọng nhất của cách thức luận giải này là căn cứ lý luận nằm trên sự liên kết, xâu chuỗi giữa các hình ảnh, biểu tượng được thể hiện trên hình ảnh của từng lá bài và kết hợp chúng lại với nhau để tạo ra phương pháp đơn giản nhưng khá hiệu quả để đọc hiểu những gợi ý mà các lá bài Tarot chỉ ra cho chúng ta, để từ đó thông qua hành trình của chàng khờ chúng ta có thể tự khám phá cuộc hành trình cho chính cuộc đời mình.

Tôi thực ra cũng không phải là người nổi bật gì trong lĩnh vực này; tôi chỉ mới chính thức bước vào con đường Tarot một thời gian ngắn trước khi cho ra đời cuốn sách mặc dù tôi đã nghe biết về Tarot từ nhiều năm trước. Tuy nhiên lúc ấy mối quan tâm của tôi dành cho Tarot cũng chỉ đơn thuần như mối quan tâm của tôi dành cho huyền học nói chung, hầu hết chỉ mang tính chất tìm hiểu chung chung do sở thích cá nhân. Mãi cho tới khi tôi có được cơ hội quen biết, trao đổi và cộng tác cùng anh Philipe Ngô và Phùng Lâm. Đến lúc này tôi mới quyết tâm sẽ tham gia và theo đuổi cho tới nơi tới chốn lĩnh vực này, đơn giản là lúc đó tôi nhận thấy mình thích nó hơn mức bình thường và thấy mình đủ phù hợp để theo đuổi hành trình này.

Cuốn sách này là tác phẩm đầu tiên của tôi về Tarot, được viết sau khi tôi hoàn thành quá trình nghiên cứu về phương pháp luận đoán hành trình chàng khờ trong Tarot với sự giúp đỡ của anh Philippe Ngô khi anh về Việt Nam. Mục đích lớn nhất của tôi khi viết cuốn sách này là thể hiện lại cách rõ ràng nhất tất cả những gì mà tôi đã khám phá và cảm nhận được về hành trình chàng khờ trong Tarot, vừa là bản tổng kết những bài học kinh nghiệm cho chính bản thân mình vừa có thể trở thành sự chia sẻ cho những bạn có cùng chung niềm đam mê và sở thích trong lĩnh vực này. Cuốn sách chủ yếu diễn giải về 78 lá bài Tarot và các phương pháp, cách thức để đọc hình ảnh và cảm nhận được những ý nghĩa mà sự liên kết giữa các lá bài trong hành trình chàng khờ chỉ ra cho chúng ta. Dẫu sao thì đây cũng mới là tác phẩm đầu tiên của tôi trong giới tarot, vì thế không tránh khỏi những thiếu sót, tôi rất mong nhận được những ý kiến đóng góp của các bạn đọc!

Lâm Nguyễn

Thay mặt đồng tác giả Philippe Ngo

Cuốn sách được xây dựng nền tảng từ các cuốn kinh điển về tarot bao gồm The Pictorial Key To Tarot (1911) của Waite, The Tarot (1888) của Mathers, Book T của Golden Dawn, Book of Thoth(1944) của Crowley, The Tarot: A Key to the Wisdom of the Ages (1947) của Case.

Cuốn sách sử dụng một số tên viết tắt của các nhà huyền học sau:

- *Waite, viết tắt của Arthur Edward Waite (1857 – 1942), nhà huyền học người Anh, thành viên Hội Tam Điểm Anh (St. Marylebone Lodge No. 1305, London), thành viên hội kín Thập Tự Hồng Hoa (The Societas Rosicruciana in Anglia), hội chủ của hội kín Bình Minh Ánh Kim (Order of the Golden Dawn), tác giả của nhiều cuốn sách kinh điển A New Encyclopaedia of Freemasonry : Their Rites, Literature, and History (1921), Emblematic Freemasonry. (1925). Tác giả cuốn The Pictorial Key To Tarot (1911).*
- *Mathers, viết tắt của Samuel Liddell MacGregor Mathers (1854 - 1918), nhà huyền học người Anh, thành viên Hội Tam Điểm Anh, thành viên hội kín Thập Tự Hồng Hoa (The Societas Rosicruciana in Anglia), sáng lập viên của hội kín Bình Minh Ánh Kim (Order of the Golden Dawn), tác giả của nhiều bản dịch huyền học cổ thuộc loại kinh điển The Book of Abramelin (thế kỷ 14), The Kabbalah Unveiled (1684), Key of Solomon (thế kỷ 14.), The Lesser Key of Solomon (thế kỷ 17), và Grimoire of Armadel (thế kỷ 17). Tác giả cuốn The Tarot (1888).*
- *Crowley, viết tắt của Aleister Crowley, tên thật Edward Alexander Crowley (1875 –1947), nhà*

huyền học người Anh, thành viên hội kín Thập Tự Hồng Hoa (The Societas Rosicruciana in Anglia), hội chủ của hội kín Bình Minh Ánh Kim (Order of the Golden Dawn), sáng lập viên của hội kín Đền Thánh Phương Đông (Ordo Templi Orientis hay O.T.O.), sáng lập viên của triết phái Thelema. Tác giả của rất nhiều sách ma thuật và thần bí học, thường biết biết dưới tên nhóm sách Libri & Equinox. Tác giả của cuốn Book Of Thoth (1944).

- *Case, viết tắt của Paul Foster Case (1884 –1954), nhà huyền học người Mỹ, thành viên của hội kín Bình Minh Ánh Kim (Order of the Golden Dawn), sáng lập viên của hội kín Builders of the Adytum (B.O.T.A), tác giả của nhiều cuốn sách kinh điển The True and Invisible Rosicrucian Order (1927), Correlations of Sound & Color (1931), The Highlights of Tarot (1931), The Book of Tokens (1934) . Tác giả của nhiều cuốn luận giải tarot như The Highlights of Tarot (1931), Tarot Fundamentals (1936), Tarot Interpretations (1936), The Tarot: A Key to the Wisdom of the Ages (1947).*

Những chỉ dẫn trong cuốn sách này được dẫn dắt bởi những chỉ dẫn của những người đi trước, những người thiết lập nên hệ thống mật mã của hội kín bình minh ánh kim. Những tri thức trong cuốn sách này đều được rút trích từ các nền tảng đó.

CHƯƠNG MỘT : HÀNH TRÌNH SỰ KIỆN TRONG BỘ ẤN CHÍNH (MAJOR ARCANA) HAY PHÂN TÍCH HÀNH TRÌNH PHÁT TRIỂN SỰ KIỆN THEO CHIỀU NGANG

CẤU TRÚC BỘ ẤN CHÍNH (MAJOR ARCANA)

Theo như hành trình chàng khờ thì 22 lá Major sẽ được chia thành hai hành trình. Có thể xếp theo hàng ngang thì từ lá 1 tới lá thứ 10 là hành trình thụ pháp, còn từ lá thứ 11 tới lá thứ 20 là hành trình hành pháp, hai lá 0 và 21 là hai lá khởi đầu và kết thúc của toàn bộ quá trình. Hành trình thụ pháp mang ý nghĩa thụ động, tức là chủ thể của việc thụ pháp sẽ tiếp nhận những sự chỉ dẫn từ bên ngoài và học hỏi về những vấn đề đó. Hành trình hành pháp thể hiện sự chủ động, tức là đối lập với sự thụ động ở trên, hành trình hành pháp thể hiện sự hành động từ bên trong xuất phát ra ngoài nhằm thể hiện ra những bản chất nội tại. Xem xét các lá Major cần phải đối chiếu với từng cặp của nó trong hai hành trình và những lá Minor có số tương ứng.

HÀNH TRÌNH THỤ PHÁP TRONG ẨN CHÍNH (MAJOR ARCANA)

Lá 0: The Fool

Lá The Fool là lá đầu tiên của các lá Major, hình ảnh thể hiện chàng khờ bắt đầu cuộc hành trình của mình. Ở đây tất cả mọi thứ đều là bắt đầu nên chàng khờ vẫn chưa có gì và đang hướng về phía trước. Crowley luận đoán rằng lá bài này thể hiện về tư tưởng, tinh thần và cả sự kì dị, điên; Case đồng tình với quan điểm này và nhấn mạnh vào sự kì dị, trong khi đó Waite đề cập đến sự phấn khích cao độ. Lá bài này mang hàm ý bắt đầu cho quá trình thụ pháp sắp diễn ra vì theo trình tự thì học trước mới tới làm. Tuy vậy lá này cũng hàm chứa những khó khăn sẽ gặp phải vì chàng khờ bắt đầu hành trình mà chưa có kinh nghiệm gì và vẫn chưa thể đoán trước chuyện gì sẽ đến.

Lá I: The Magician

Lá The Magician là lá bắt đầu hành trình thụ pháp, từ đây chàng khờ bắt đầu hóa thân vào hành trình của mình và bắt đầu tiếp nhận những tác động từ bên ngoài vào. Lá bài này cho thấy hình ảnh nhân vật có đầy đủ các yếu tố gậy, tiền, cốc, kiếm chứng tỏ anh ta có được các món quà để bắt đầu cho cuộc hành trình của mình. Lá bài này biểu thị cho khả năng, những tiềm năng ẩn chứa vừa được phát hiện ra, Case thể hiện tư tưởng đó qua luận đoán về sức sáng tạo và khả năng tạo dựng, Waite và Crowley thêm vào đó các luận đoán về kỹ năng và ý chí. Lá bài này thể hiện những yếu tố, năng lực cần thiết để thực hiện những mục đích cần đạt được đã hội tụ đầy đủ và chỉ chờ cơ hội triển khai. Những món quà thích hợp là thứ vô cùng cần thiết với một hành trình chỉ vừa mới bắt đầu.

Lá II: The High Priestess

Lá The High Priestess là lá bài thể hiện quá trình thụ pháp về mặt tri thức. Hình ảnh lá bài thể hiện nữ tư tế có địa vị trang trọng và ẩn chứa trí tuệ cao siêu. Chính vì vậy lá này thể hiện những điều kiện khá thuận lợi để tiếp thu những tri thức về những vấn đề gặp phải. Waite và Case đều đưa ra luận đoán về sự bí ẩn cũng như tương lai chưa lộ dạng, còn Crowley thì nói rằng đó là sự thay đổi. Lá này thể hiện rất rõ trạng thái của chủ thể khi mới bắt đầu quá trình thụ pháp, khi bắt đầu gặp phải nhiều vấn đề mới phát sinh.

Lá III: The Empress

Lá Empress thể hiện sự lãnh ngộ tiếp theo trên con đường tiếp nhận pháp. Ở đây vấn đề được thể hiện là sự bảo hộ, lá bài thể hiện một nữ hoàng ngồi ở vị trí rất yên ổn và có mọi sự che chở ổn thỏa, hình ảnh đó biểu hiện chủ thể có được những điều kiện tốt nhất và sẽ không gặp trở ngại gì để thực hiện các mục tiêu của mình. Waite và Case đều diễn tả đó là sự thành đạt còn Crowley thì nhấn mạnh vào tình yêu, hoan lạc và niềm vui, thực ra chính là thành quả của sự thành đạt. Sự che chở và những tri thức tích lũy được đến lúc này đã giúp chủ thể thu được những thành quả bước đầu trên con đường của mình. Thành quả này chính là do tiền đề của hai lá bài trước kết hợp lại tạo thành.

Lá IV: The Emperor

Lá Emperor tiếp tục thể hiện sự thay đổi so với lá bài trước, ở đây mô tả hình ảnh ông vua ngồi vững vàng trên ngai vàng, hàm ý ám chỉ về quyền lực mà chủ thể nhận được. Quyền lực ở đây không phải do chủ động giành lấy mà được trao cho chủ thể, tức là vẫn đi theo quá trình thụ pháp, tức là thụ hưởng những món quà, cơ hội mà bên ngoài mang lại. Các lời đoán đều nói về sự ổn định cũng như nhấn mạnh về quyền lực và ý chí, Crowley nói thêm về năng lực, sự vững tin còn Case nhấn thêm về sự kiểm soát. Lá bài này cũng đánh dấu chấm dứt một chu trình nhỏ và sẽ mở ra hướng phát triển tiếp theo, tuy nhiên ngay lúc này chủ thể có thể an tâm hưởng thụ với sự ổn định mà mình hiện đang có được.

Lá V: The Hierophant

Lá Hierophant thể hiện sự tiếp nhận một lĩnh vực mới trên

hành trình của chủ thể, lần này là về vấn đề tâm linh. Hình ảnh trên lá bài cho ta thấy được vị tư tế đại diện cho nguồn gốc tạo ra niềm tin cho chủ thể, niềm tin được trao cho chủ thể như một sự chuyển đổi từ những thành công trước đây sang một lĩnh vực mới. Waite luận đoán về sự kết hợp, sự phấn khích, Case cũng đồng tình với việc nhấn mạnh vào liên minh, sự phấn khích và phối hợp, trong khi Crowley thì đưa ra quan điểm về sự ngang bướng, chịu đựng cũng như giúp đỡ từ người trên. Lá này nói nhiều về các vấn đề kết hợp, có vẻ như càng tiếp tục hành trình thì các mối quan hệ càng nhiều và chủ thể phải đối mặt với những khó khăn mà nó đem lại. Dù vậy lá này vẫn cho thấy chủ thể vẫn nhận được những sự trợ giúp cần thiết để tiếp tục hướng tới những mục tiêu của mình.

Lá VI: The Lovers

Lá bài này cho thấy chủ đề của thụ pháp được nói tới là tình cảm, hình ảnh cho thấy tình yêu của hai người được che chở và ban phước lành. Điều này thể hiện sự đi sâu hơn về mặt cảm xúc sau khi tiếp nhận về niềm tin và tâm linh ở lá bài trước. Waite cho rằng lá này biểu thị sự quyến rũ, vẻ đẹp, tình yêu cũng như sự khắc phục thử thách, Case cũng

nói về sự quyến rũ và tình yêu trong khi Crowley nói về trí thông minh, tính trẻ con và sự thiếu quyết đoán. Rõ ràng tình yêu mang lại sự phấn khích và động lực to lớn nhưng ở một số mặt cũng mang lại những cảm xúc quá mạnh mẽ và dễ dẫn đến những quyết định không sáng suốt. Dù vậy thì lá bài này vẫn mang đến những dấu hiệu khá tích cực đối với chủ thể.

Lá VII: The Chariot

Lá bài này mang đến những vấn đề mới trên hành trình của chủ thể, ở đây vấn đề được giao cho chủ thể là những vấn đề liên quan đến sự quản lí. Có thể nhận thấy các vấn đề được giao cho chủ thể theo từng giai đoạn đã trở nên đa dạng hơn và mang đến trách nhiệm nhiều hơn. Waite và Case đều luận đoán về sự chiến thắng, Crowley thêm vào đó là hy vọng và sự mạnh mẽ trong giữ gìn truyền thống cũng như sự bảo thủ. Qua đó lá bài này thể hiện chủ thể sẽ có thể đạt được những thành công ở vị trí mới mà mình được giao cho. Tuy nhiên lá bài này cũng ẩn chứa trong nó những khó khăn và thử thách tiềm ẩn khi phải giải quyết những vấn đề liên quan đến sự quản lí cũng như cân bằng lợi ích của các nhóm.

Lá VIII: Strength

Lá bài này thể hiện chủ thể lĩnh ngộ được sức mạnh. Sức mạnh ở đây được trao tặng cho chủ thể không hẳn như một món quà như các lá bài trước thể hiện mà là một phần thưởng mà chủ thể phải nỗ lực để giành được. Các lời đoán đều đề cập về lòng can đảm cũng như năng lực và hành động mang đậm sự đam mê mãnh liệt. Hình ảnh này tuy biểu lộ về một sự thành công trong việc có được những điều mình mong muốn nhưng cũng gián tiếp thể hiện cuộc đấu tranh mà chủ thể phải thực hiện để đạt được sức mạnh. Dù sao thì phần tích cực vẫn chiếm đa số trong lá bài này và chủ thể hoàn toàn có thể thành công.

Lá IX: The Hermit

Lá bài này thể hiện sự đi sâu vào lĩnh ngộ những vấn đề trong tiềm thức. Hành trình càng về sau thì chủ thể càng lĩnh ngộ được nhiều và đã đủ sức để học về các vấn đề về tiềm thức. Hình ảnh thể hiện người ẩn sĩ cầm đèn, ngọn đèn như được giao lại cho chủ thể tương ứng với nguồn sáng

soi rọi những tiềm thức mà chủ thể chưa nhận ra. Waite và Case đều luận đoán về sự khôn ngoan và cẩn trọng còn Crowley thì luận về hào quang tỏa ra từ bên trong cũng như sự lui về an nhàn tránh xa các vấn đề thế sự. Lá bài này thể hiện sự khôn ngoan và kinh nghiệm mà chủ thể lĩnh ngộ được trong suốt hành trình thụ pháp và là tiền đề cho lá bài sau là kết thúc của hành trình.

Lá X: The Wheel of Fortune

Lá bài này là lá bài đánh dấu kết thúc hành trình thụ pháp. Các lời đoán đều cho rằng lá này liên quan đến các vấn đề về số mệnh, vận may cũng như là sự thay đổi. Ở chặng cuối của hành trình thụ pháp, lá bài này mang lại nhiều yếu tố của sự thay đổi, sự chuyển tiếp sang giai đoạn sau. Lá bài này tiềm ẩn nhiều may mắn được mang lại cho chủ thể, có thể là những thành quả được thừa hưởng sau cả quá trình tìm tòi học hỏi. Yếu tố ngẫu nhiên cũng là một điểm cần được lưu ý mà lá bài này thể hiện.

HÀNH TRÌNH HÀNH PHÁP TRONG BỘ ẨN CHÍNH

(MAJOR ARCANA)

Lá XI: Justice

Trong các lá Major, lá này là lá bài khởi đầu cho hành trình hành pháp. Waite và Crowley đều luận đoán rằng lá bài này thể hiện về sự công bằng và đúng mực. Trong khi Case đi sâu hơn khi chỉ ra các yếu tố về sức mạnh và uy quyền, những yếu tố vốn gắn liền với công lý. Lá bài này nhìn chung thể hiện khả năng của chủ thể trong việc kiểm soát và cân bằng các khả năng của vấn đề. Khởi đầu cho hành trình hành pháp lá bài này mang một ý nghĩa khá tích cực.

Lá XII: The Hanged Man

Lá bài này ghép thành một cặp với lá high priestess, tức là cùng ám chỉ về một chủ đề, ở đây là về vấn đề tri thức. Waite đưa ra lời đoán về sự xét xử, hi sinh và thận trọng, trong khi Crowley thì nhấn mạnh đến sự chịu đựng và thất bại. Case thì đưa ra lời đoán về những tổn thất cũng như sự khuất phục trước những việc không thể tránh khỏi. Có thể hiểu lá bài này thể hiện một sự chủ động đưa bản thân chủ thể vào trong trạng thái lơ lửng như vậy để tự suy ngẫm về tình trạng hiện tại nhằm tìm ra những phương án giải quyết vấn đề. Thường khi chủ động đặt mình vào tình cảnh như vậy thì chủ thể có thể đang rơi vào những khó khăn nên các lời đoán thường khuyên về sự thận trọng cũng như chịu đựng.

Lá XIII: Death

Lá bài này thể hiện một bước biến chuyển, một sự thay đổi mang tính bước ngoặt của chủ thể. Waite luận đoán lá này thể hiện sự kết thúc và sự chết, còn Crowley thì đưa ra lời đoán cũng về cái chết và sự hủy diệt, ngoài ra còn có sự thay đổi tự nguyện. Case cũng đưa ra những ý tưởng tương tự về sự trái ngược và những sự thay đổi bất ngờ. Lá này thể hiện tiêu biểu nhất là sự thay đổi, lột xác, sự thay đổi ở đây mang ý nghĩa tích cực vì nó là điều cần thiết để đạt được mục đích của mình. Dù vậy lá bài này vẫn hàm chứa những nguy cơ có thể gặp phải vì không phải quá trình lột xác nào cũng dễ dàng thuận lợi.

Lá XIV: Temperance

Lá bài này thể hiện một sự ổn định và tính ôn hòa trong các công việc của chủ thể. Tính kinh tế và sự quản trị dựa trên các tính toán chính xác được Crowley và Case đề cập trong khi Waite thêm vào sự thích ứng và ôn hòa. Lá bài thể hiện hình ảnh nguồn nước được cân bằng một cách vừa phải thể hiện sự ổn thỏa trong mọi việc. Đối chiếu với các lá Minor ở số 4 tương ứng có thể thấy được sự yên bình tĩnh tại sau khi có được những thành quả và đây là lúc chủ thể có thể hưởng thụ một cách an tâm. Lá bài này mang ý nghĩa rất tích cực sau khi trải qua quá trình lột xác để thay đổi ở lá bài trước.

Lá XV: The Devil

Lá bài này thể hiện những nét sâu thẳm trong tâm linh của chủ thể. Bây giờ thì chủ thể đã có khả năng để khống chế những phần tâm linh trong nội tại của mình. Waite đưa ra những lời đoán về sức mạnh, sự mạnh bạo cũng như nỗ lực phi thường, ngoài ra còn có sự mù quáng và nhu nhược. Crowley thì nhấn mạnh hơn vào cường độ thái quá của sự phấn khích, những tham vọng và sự cám dỗ mà nó mang lại còn Case nói tới sự ràng buộc, những vấn đề về vật chất và định mệnh. Tổng quát thì lá bài này thể hiện những nét mãnh liệt trong các vấn đề mà nó đề cập, chủ yếu là về những ham muốn mà chủ thể khao khát đạt được cũng như những trói buộc mà chủ thể phải chịu đựng.

Lá XVI: The Tower

Lá bài này là một cặp tương ứng với lá The Lovers nhưng nó mang một ý nghĩa không tích cực như lá kia. Các lời đoán đều tập trung vào sự đối nghịch, xung đột cũng như sự sụp đổ và những tai họa không thể tránh khỏi được. Hình ảnh thể hiện tòa tháp cao bị sét đánh, biểu thị cho những tai họa khi chủ thể càng đi sâu vào cuộc hành trình và ngày càng tiếp xúc nhiều hơn với các mối liên hệ và ràng buộc. Lá này có sự liên hệ với những sự ràng buộc và những cảm xúc mãnh liệt được thể hiện ở lá bài trước. Tuy là lá bài mang ý nghĩa khá tiêu cực nhưng sự phá hủy không có nghĩa là tiêu diệt hoàn toàn và nó vẫn mang ý nghĩa về sự hồi phục trở lại.

Lá XVII: The Star

Lá bài này tạo thành cặp với lá The Chariot, mang trong mình ý nghĩa về sự điều hòa, quản lí. Waite đưa ra lời đoán về niềm hy vọng, viễn cảnh tươi sáng cũng như sự riêng tư, mất mát và từ bỏ. Crowley cũng nhấn mạnh về viễn tưởng

cũng như khả năng hiện thực hóa những điều có thể, ngoài ra còn đề cập đến những minh mẫn cũng như sai sót trong nhận định. Nhìn chung các quan điểm này đều nói đến vấn đề các hình ảnh viễn tưởng cũng như các cố gắng để hiện thực hóa nó làm sao cho mọi thứ đều trở nên hài hòa với nhau như một hệ thống mà hình ảnh lá bài miêu tả. Case còn nêu ra vấn đề về sự thấu hiểu, hy vọng và các ảnh hưởng đến tha nhân như là những cố gắng mà chủ thể phải thực hiện để duy trì mọi thứ ở trạng thái ổn định, nhìn chung lá này đòi hỏi sự nỗ lực lớn để giữ mọi thứ theo đúng hướng của nó.

Lá XVIII: The Moon

Lá bài này đi thành cặp với lá strength, nhưng lần này lá bài mang ý nghĩa hướng về sức mạnh theo chiều hướng có phần hơi trừu tượng, có phần ngưỡng vọng. Waite đề cập đến sức mạnh huyền bí, sự tối tăm huyền bí và cả những kẻ thù giấu mặt, Case thêm vào đó là sự gian dối. Có vẻ như sự huyền ảo của ánh trăng dễ mang đến những ảo tưởng và do vậy dễ đưa chủ thể rơi vào những hiểm nguy trong khi bề ngoài vẫn cò vẻ bình yên. Crowley đưa ra những từ chi tiết hơn như ảo tưởng, sự lẫn lộn thậm chí hoang tưởng, sự giả mạo cũng như quá khích để nhấn mạnh điều này. Lá bài này tuy mang ý nghĩa sáng về bề ngoài nhưng bên trong ẩn chứa nhiều sự biến đổi và những biến cố khó lường đòi hỏi chủ thể phải có sự cẩn trọng trong từng hành động của mình.

Lá XIX: The Sun

Khác với ánh sáng mặt trăng, ánh sáng mặt trời mạnh mẽ rõ ràng và mang lại sự vững chãi. Waite diễn tả nó biểu thị cho sự sung sướng về vật chất cũng như sự mãn nguyện, ngoài ra còn biểu thị cho cuộc hôn nhân môn đăng hộ đối. Crowley thì đưa ra lời đoán về sự thắng lợi kéo theo đó là sự tự hào cũng như hoan lạc, Case nói thêm vào đó là sự giải thoát kèm theo những lợi lộc. Dường như tới đây chủ thể đã tìm được đúng lối đi trên con đường của mình và việc đó đã mang lại những thành công về mọi mặt cả vật chất cũng như tinh thần cho chủ thể. Đây là lá bài mang ý nghĩa rất tốt, bản thân nó cũng hàm chứa nhiều ý nghĩa cho sự kết thúc của hành trình hành pháp.

Lá XX: Judgement

Lá bài này đánh dấu sự kết thúc của quá trình hành pháp. Hình ảnh trên lá bài thể hiện rất rõ sự phán xét, đánh giá cuối cùng của cả một quá trình. Các lời đoán đưa ra cũng nhấn mạnh về yếu tố này, ở đây chủ thể sẽ đón nhận lấy những kết quả là sự tổng kết của cả một quá trình đã qua. Ở đây khác với lá wheel of fortune ở chỗ lá trên thì thể hiện yếu tố ngẫu nhiên còn lá này thì đơn giản là chỉ hiển thị những kết quả của cả một quá trình, do vậy nó mang tính xác định. Đối chiếu với các lá Minor tương ứng ta cũng thấy biểu hiện về sự thu hoạch cũng như những thành quả, thắng lợi cuối cùng.

Lá XXI: The World

Lá bài này là lá Major cuối cùng, cùng với lá The Fool tạo thành khởi đầu và kết thúc cho hành trình của chàng khờ. Nếu như khởi đầu chàng khờ chưa có gì thì trải qua hai quá trình thụ pháp và hành pháp anh ta đã có trong tay mình tất cả mọi thứ. Waite và Case đưa ra lời đoán về sự thành công, sự thay đổi nơi chốn và sự tưởng thưởng trong khi Crowley thì hướng về mục đích của vấn đề, tính kiên nhẫn

cũng như sự xác định vấn đề liên quan. Thực ra ý nghĩa của các lời đoán này đều hướng về một quan điểm là bây giờ sau khi trải qua tất cả những biến cố thì chàng khờ đã hiểu rõ các nguyên lí và thành thạo trong việc vận dụng nó. Nói một cách khác thì bây giờ chàng khờ đã trở thành một phần của thế giới hay vũ trụ, cùng vận động và biến đổi chung với nó, như thế đảm bảo sự thành công cũng như sự thay đổi để đạt mục đích cuối cùng và tạo sự ổn định vững chắc.

CHƯƠNG 2 : HÀNH TRÌNH TRẠNG THÁI TRONG BỘ ẨN PHỤ - LÁ SỐ (MINOR ARCANA - PIP CARDS) HAY PHÂN TÍCH HÀNH TRÌNH PHÁT TRIỂN TRẠNG THÁI THEO CHIỀU NGANG

CẤU TRÚC BỘ ẨN PHỤ - LÁ SỐ (MINOR ARCANA - PIP CARDS)

Các con số trong tarot ẩn chứa những biểu tượng không chỉ về thứ tự mà còn về những vấn đề riêng mà từng lá hay từng cặp bài có mang con số đó thể hiện. Trong hành trình chàng khờ thì các con số thể hiện các trạng thái khi chàng khờ gặp gỡ các loại sự kiện khác nhau trên hành trình của mình, các trạng thái đó thể hiện cách tiếp nhận cũng như xử lí các vấn đề mà chàng khờ gặp phải. Các lá Minor được chia ra thành 4 hệ: gậy, cốc, tiền, kiếm; mỗi hệ đều có 10 lá được đánh số từ 1 tới 10 thể hiện đầy đủ các trạng thái ứng với 10 chủ đề lớn của hành trình thụ pháp và hành pháp. Hành trình trạng thái của 10 con số này trong mỗi hệ có sự khác biệt: hệ gậy thì tăng tiến từ 1 tới 6 sau đó giảm xuống, hệ cốc thì các con số đi theo chiều hướng của hình sin đầu tiên là tăng từ 1 tới 4 sau đó giảm ở 5 rồi lại đi lên ở 6 sau đó đi xuống từ 7 tới 8 rồi mới đi lên từ 9 tới 10, hệ tiền thì có sự tăng tiến đều đặn trừ số 5 có sự chững lại, hệ kiếm thì có chiều hướng đi xuống ngay từ đầu trừ số 4 là có sự trung hòa. Các trạng thái được thể hiện lần lượt ở đây là: số 1 ứng với trạng thái khởi đầu đầy năng lượng và sáng tạo, số 2 ứng với sự suy xét và tính toán để lựa chọn hướng đi phù hợp, số 3 ứng với quá trình tiến hành công việc dưới quyết tâm lớn, số 4 ứng với trạng thái ngừng thể hiện 1 sự tạm nghỉ sau khi kết thúc giai đoạn đầu, số 5 ứng với bước phát triển mới của hành trình với những mâu thuẫn lớn hơn, số 6 ứng với sự nỗ lực nhằm tháo gỡ những khó khăn đang gặp phải, số 7 ứng với những phản ứng trước những vấn đề mới phát sinh mà trước giờ chưa gặp phải, số 8 tiếp theo đó thể hiện các trạng thái trong quá trình giải quyết các vấn đề, số 9 ứng với trạng thái thu hoạch từ những kết quả mà mình đã đạt được, số 10 thể hiện các trạng thái kết thúc của hành trình theo các xu hướng cả tích cực lẫn tiêu cực.

HÀNH TRÌNH TRẠNG THÁI CỦA HỆ WANDS (HỆ GẬY) THUỘC NGUYÊN TỐ LỬA

Hệ Wands: Hệ bài gậy thuộc nguyên tố lửa, nói lên tư tưởng bản thân, ý chí và tinh thần. Tư tưởng có thể hiểu như ý chí, suy nghĩ của con người về sự vật hiện tượng. Nó gián tiếp nói lên cách thức mà họ sẽ giải quyết vấn đề, sự kiện mà họ sẽ gặp phải. Thông qua tư tưởng có thể nắm bắt những mục đích của một con người và cách thức họ sẽ tiến hành để đạt được mục đích đó. Những lời khuyên đưa ra cũng phải phù hợp với cách thức tư duy để giúp họ dễ dàng giải quyết các vấn đề gặp phải hơn.

Ace of Wands: Lá bài tượng trưng cho sự khởi đầu của công việc, một ý tưởng mới vừa chớm nở. Về công việc nó thể hiện cho sự bắt đầu một công việc mới theo Waite, hoặc có thể là sự cải cách thay đổi, tóm lại đều thể hiện một bắt đầu mới. Đi cùng với nó là năng lực theo như lời đoán của Case, đây là điều dễ hiểu vì để bắt đầu một công việc mới

đòi hỏi phải có đầy đủ các yếu tố cần thiết như năng lực và các điều kiện. Theo Crowley thì lá bài này thể hiện cội nguồn sức mạnh của lửa, vì lửa chỉ có thể cháy khi có điều kiện giữ lửa, ở đây là cây gậy, ẩn chứa một nguồn năng lực sẵn sàng phát tiết khi có điều kiện. Tóm lại lá này ẩn chứa một sự khởi đầu khá thuận lợi vì tư tưởng đã được chuẩn bị rõ ràng cùng với một nguồn năng lực hỗ trợ dồi dào để thực hiện những ý tưởng mới đó.

Two of Wands: Lá bài thể hiện sự phát triển trong công việc. Cả Waite, Crowley và Case đều luận đoán lá này thể hiện sự thống trị. Nếu hiểu một cách rõ ràng hơn lá này thể hiện được khả năng kiểm soát tốt trong công việc đang thực hiện. Tiếp nối lá ách gậy, những hình ảnh của lá 2 gậy thể hiện sự tiến triển, người đàn ông trong hình cầm quả cầu và cây gậy thể hiện ông nắm chắc mình đang làm gì và đang suy tính cho các bước tiếp theo của công việc một cách thận trọng. Lá này thể hiện những thành công bước đầu và một tiền đề vững chắc cho những thành công sắp tới trong công việc.

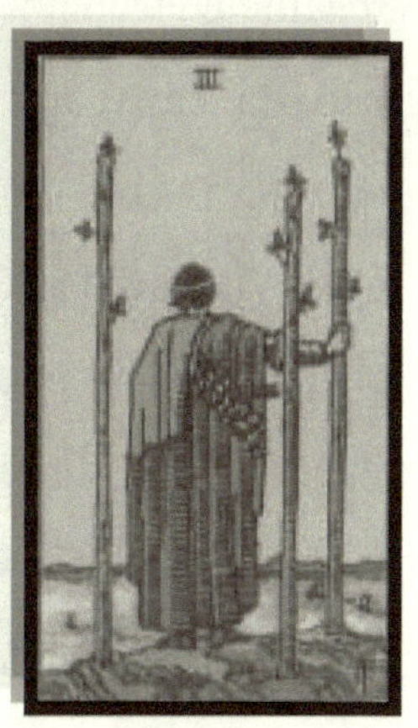

Three of Wands: Lá bài thể hiện người đàn ông đang cầm gậy và nhìn xuống dưới, thể hiện công việc vẫn đang tiến triển theo chiều hướng tốt đẹp. Theo như Waite và Case thì nó thể hiện cho quyền lực chân chính, điều này nếu luận theo hướng nối tiếp của bộ gậy thì là một sự thăng tiến trong công việc, là kết quả của quá trình chuẩn bị tốt của hai lá trước đó. Tuy nhiên lá bài cũng chỉ ra là cần phải tiếp tục bám sát theo công việc, không nên để mình bị tách rời ra khỏi những mục tiêu mà mình đã đặt ra. Crowley luận đoán lá này thể hiện đức hạnh, như là một kết quả tất yếu mà người đàn ông phải phấn đấu để có được trong suốt quá trình thực hiện công việc. Qúa trình đi từ ý tưởng đến thực thi ý tưởng luôn đòi hỏi người thực hiện phải đảm bảo được năng lực của họ trong suốt quá trình là điều lá bài thể hiện.

Four of Wands: Lá bài này thể hiện sự thành công bước đầu của công việc. Cả Waite, Crowley và Case đều luận đoán lá này thể hiện sự hoàn tất. Sau quá trình từ lên ý tưởng đến quá trình thực hiện thì đây là điểm hoàn tất. Nhưng đây không phải là hoàn tất mọi thứ mà chỉ như kết

thúc một chuyến hành trình, hay có thể hiểu là chấm dứt một giai đoạn nào đó của công việc. Những hình ảnh tươi sáng của lá bài cho thấy công việc đó đã được hoàn thành một cách khá tốt đẹp, cũng là một điều có thể tổng kết được tiếp nối theo chu trình của các lá bài trước như một sự chuẩn bị và tiến hành chu đáo.

Five of Wands: Sau khi hoàn thành một phần giai đoạn của công việc ở lá trước, lá bài này thể hiện phần tiếp theo. Tuy nhiên lá bài này lại thể hiện một sự phát triển trong điều kiện không mấy thuận lợi. Waite luận đoán lá này thể hiện sự tranh giành cam go, còn Crowley và Case đều cho rằng lá này thể hiện sự xung đột. Hình ảnh trên lá bài cũng cho thấy khá rõ điều đó khi có nhiều người cầm gậy với các hình dáng rất khác nhau và họ làm cản trở nhau. Rõ ràng sau khi kết thúc một giai đoạn thành công, việc tiến hành giai đoạn kế tiếp của công việc như thế nào luôn là một vấn đề khó khăn, sau những thành công ban đầu thì những mâu thuẫn và khó khăn bắt đầu xuất hiện, nhưng dù sao thì công việc vẫn đang được tiến hành.

Six of Wands: Lá này thể hiện sự thắng lợi, là tột đỉnh thành công đạt được. Hình ảnh người đàn ông cưỡi ngựa mang theo cây gậy có vòng nguyệt quế là biểu tượng hết sức rõ ràng cho sự thắng lợi (theo như Crowley) hay là như đạt được chiến thắng (theo Waite). Case thì nói rõ hơn là chiến thắng sau xung đột cam go, tiếp nối sau lá bái trước. Sau khi giải quyết được những xung đột, mâu thuẫn thì giờ đây người đàn ông đã đạt được những thành công to lớn và giờ đây thì ông ta đang ở vị trí đỉnh cao của thắng lợi. Lá bài này là điểm cao nhất trong toàn bộ quá trình đi lên của bộ gậy bắt đầu từ lá ách.

Seven of Wands: Lá bài này là một sự khó khăn đến sau những thành công to lớn từ lá bài trước. Hình ảnh trên lá bài thể hiện người đàn ông đang phải cầm gậy và phải chống lại nhiều cây gậy khác cản trở mình. Như một logic tất yếu, khi càng đạt tới những đỉnh cao thì càng phải đối diện với những khó khăn lớn. Tuy vậy nó vẫn mang trong mình ý nghĩa tích cực, cả Waite, Crowley và Case đều luận đoán lá này thể hiện sự dũng cảm, chứng tỏ sau những thành công đã đạt được, người đàn ông đã có đủ kinh nghiệm và sẵn sàng đối đầu với những thử thách để thực hiện mục tiêu của mình. Tổng quan thì lá bài này thể hiện những khó khăn nhưng không phải là không thể vượt qua được.

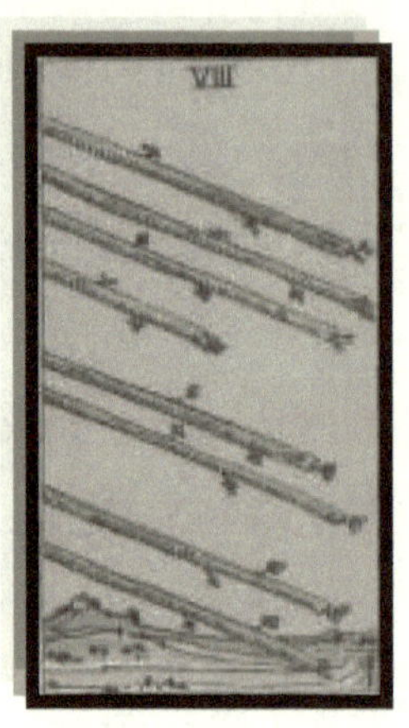

Eight of Wands: Lá bài này thể hiện những cây gậy đều chúc đầu xuống, phần nào ám chỉ ý nghĩa tiêu cực. Waite và Crowley luận đoán lá này thể hiện sự nhanh nhẹn, còn Case là hoạt động. Các luận đoán này dựa trên tính động mà lá bài thể hiện vì có vẻ như các cây gậy đều chúc xuống đất một cách khá nhau. Sự linh hoạt thể hiện trong lá bài này nếu kết nối với các lá bài trước có thể hiểu là những biện pháp linh hoạt dùng để ứng phó với các khó khăn gặp phải. Do đó lá bài này mang ý nghĩa tích cực nhiều nhưng nó vẫn ám chỉ gián tiếp là những khó khăn vẫn đang còn hiện hữu và chưa chấm dứt.

Nine of Wands: Tiếp nối theo lá bài trước, lá này tiếp tục thể hiện sự đối đầu với những khó khăn, ngăn trở. Hình ảnh

lá bài thể hiện người đàn ông đang cầm gậy và nhìn về hàng gậy phía sau. Waite luận bàn lá này thể hiện sự mạnh mẽ trong đối đầu, có lẽ là sau sự linh hoạt thì đến đây đã không thể tránh khỏi sự xung đột mạnh mẽ. Crowley cho rằng lá này thể hiện uy lực, điều này thể hiện là dù bị người đàn ông bị băng đầu (có thể do bị thương) nhưng ông ta vẫn tiếp tục đối đầu trực diện với khó khăn, qua đó thể hiện rất rõ sự mạnh mẽ. Case cho rằng lá này thể hiện sự sẵn sàng, kết nối lại có thể hiểu là khi đối đầu mạnh mẽ với những khó khăn này thì người đàn ông đã chuẩn bị sẵn sàng mọi thứ, và đây là cuộc đấu quyết định.

Ten of Wands: Lá bài này là lá số kết thúc của bộ gậy, đánh dấu kết thúc chu trình. Cả Waite, Crowley và Case đều cho rằng lá này thể hiện sự áp bức, điều này cũng được thể hiện trên lá bài qua việc người đàn ông đang phải gồng mình để ôm tất cả các cây gậy. Lá này thể hiện những áp lực hiện tại mà người đàn ông phải gánh chịu và là điểm kết thúc của một chuỗi các lá bài thể hiện chiều hướng đi xuống. Tuy nhiên nó vẫn hàm chứa một ý nghĩa tích cực rằng đây là điểm kết thúc của quá trình, chỉ cần vượt qua được là sẽ kết thúc các khó khăn, người đàn ông trong hình cũng đang hướng tới nhà, một điểm kết thúc an toàn. Như vậy chu trình bộ gậy đi lên đến đỉnh cao ở lá Six và sau đó đi xuống cho đến điểm dừng ở lá Ten.

HÀNH TRÌNH TRẠNG THÁI CỦA HỆ CUPS (HỆ CỐC) THUỘC NGUYÊN TỐ NƯỚC

Hệ Cups: Các lá bài của bộ cốc đại diện cho nguyên tố nước, đại diện về mặt tình cảm, cảm xúc của con người. Tình cảm là cách mà con người thể hiện sự quan tâm, rung động của mình đối với những sự vật hiện tượng xung quanh. Tình cảm có liên hệ đến hầu như mọi mặt của đời sống con người vì tình cảm thể hiện những nhu cầu thiết yếu nhất của con người, từ đó thể hiện những động cơ trong các hành vi của con người nếu ta xâu chuỗi lại với nhau. Tình cảm là động lực mạnh mẽ tác động lên nhận thức con người, do vậy tùy tình cảm của mình mà con người sẽ nhìn nhận sự việc theo cách riêng của họ. Những lời khuyên về mặt tình cảm có thể tác động mang lại sự thay đổi lớn với con người, do vậy đây là chủ đề rất được quan tâm.

Ace of Cups: Theo như Waite thì đây là nhà của lòng chân

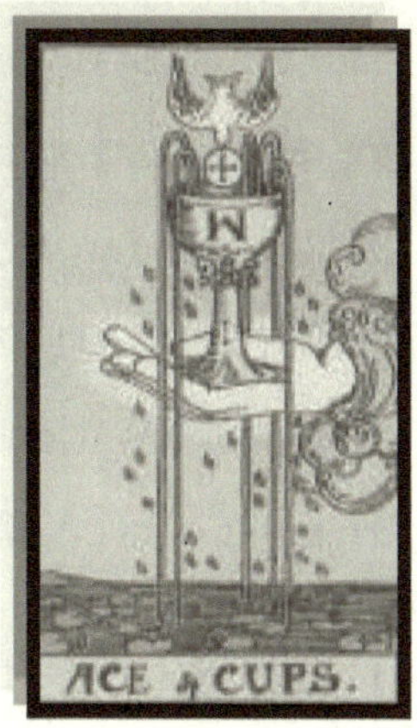

thật, ta có thể thấy các biểu tượng tốt lành như chim bồ câu và hình bánh thánh trong Thiên Chúa giáo thể hiện sự ban phước lành từ trời. Với vấn đề tình cảm, đây là một sự khởi đầu tốt đẹp, thể hiện những cảm xúc trong sáng chân thật khi bắt đầu một mối quan hệ. Crowley luận đoán lá này thể hiện cội nguồn sức mạnh của nước, là sự phát sinh của mạch nước, thể hiện cho tình cảm phát sinh một cách dồi dào bắt đầu từ sự khởi đầu tốt đẹp. Liên kết với đó là luận đoán của Case cho rằng lá này thể hiện sự màu mỡ, phì nhiêu, là kết quả tất yếu từ nguồn nước tốt lành mang lại. Tổng quan lại lá bài này thể hiện sự bắt đầu tình cảm tốt đẹp và cũng thể hiện được tình cảm sẽ tiếp tục phát triển lên nữa.

Two of Cups: Lá bài này thể hiện hai người cầm cốc có quan hệ tình cảm rất tốt đẹp với nhau. Waite và Crowley cho rằng lá bài này thể hiện cho tình yêu, thể hiện tình cảm được bắt đầu từ lá bài trước đã phát triển lên một cách tốt đẹp. Case cho rằng lá bài này thể hiện sự tương hỗ, cũng là một cách thể hiện tình cảm đang tốt đẹp, rõ ràng khi tình cảm chân thật phát triển tốt đẹp thì nhất định sẽ có sự chia sẻ, giúp đỡ lẫn nhau. Đây là một lá bài mang ý nghĩa tích cực rất rõ ràng và là một sự phát triển đi lên từ lá trước đó. Ngoài ra lá bài cũng hàm ý rằng sự phát triển tình cảm vẫn đang trong quá trình phát triển và chưa có dấu hiệu dừng lại.

Three of Cups: Lá bài thể hiện hình ba người đang cùng nâng cốc với nhau, cùng chia sẻ niềm vui của mình. Theo Waite thì lá bài này thể hiện sự thỏa mãn của các giác quan, tức là trạng thái của tình cảm đã đạt đến mức đủ đầy, thỏa mãn. Nó cũng chung với quan điểm của Crowley là sự dư dật, vì khi các giác quan được thỏa mãn đến mức độ nào đó tất sẽ trở nên dư dật, dẫn đến việc tìm đến người khác để cùng chia sẻ, vì thuộc tính quan trọng của tình cảm là sự lây lan tình cảm cho người khác. Case cho rằng lá này thể hiện sự hoan lạc, cũng là trạng thái đỉnh cao của tình cảm đạt được và cũng là kết quả của sự chia sẻ, cùng chung vui. Đây là lá bài thể hiện tình cảm đạt được ở mức độ rất tốt, thậm chí là quá mức cần thiết.

Four of Cups: Lá này thể hiện sự suy niệm theo như luận

đoán của Case, có vẻ như khi đạt tới ngưỡng tình cảm nào đó thì con người ta bắt đầu chìm đắm vào những suy tư của mình, đây là một trạng thái hay gặp khi ta có một mối quan hệ tình cảm đủ sâu. Crowley thì cho rằng đây là sự sang trọng còn Waite thì cho rằng đây là sự hòa vui, hai ý kiến này tựu chung lại đều nhằm lý giải rằng mức độ phát triển tình cảm vẫn ổn định. Tuy nhiên mức độ không quá mãnh liệt như các lá bài trước, vì khi đạt tới một mức độ nhất định thì con người trở nên bình tĩnh hơn và bắt đầu ưu tư nhiều hơn. Tuy nhiên ở đây vẫn thể hiện rằng có sự chia sẻ tình cảm, những niềm vui chung vẫn tồn tạo nên nhìn chung tình cảm vẫn đi theo hướng tốt. Dù vậy phải cẩn thận vì những chiều hướng tiêu cực dễ có xu hướng nảy sinh.

Five of Cups: Lá này thể hiện một sự đi xuống, mất mát trong chuyện tình cảm. Những mất mát này đã được bắt nguồn từ lá trước, đó chính là sự đắm chìm quá nhiều vào các hoan lạc trong tình cảm, đã được Case diễn giải là mất hết vì lạc thú. Một sự đắm chìm tình cảm quá mức dẫn đến mất thăng bằng và dẫn tới tiêu cực thái quá khiến con người đánh mất những thứ khác. Tất nhiên đi kèm với sự mất mát đó là thất vọng như Crowley diễn tả, điều cũng được thể hiện rất rõ trong hình ảnh của lá bài. Tuy nhiên Waite diễn giải rằng mất mát này vẫn còn lại đôi chút, trong hình cũng có thể thấy còn lại 2 cốc, chứng tỏ rằng mọi thứ vẫn chưa hoàn toàn là dấu chấm hết và vẫn còn hy vọng.

Six of Cups: Sau sự đi xuống ở lá bài trước, lá bài này thể hiện thể hiện một sự khởi đầu mới và những thành quả bước đầu đạt được. Case cho rằng đây là khởi đầu của lợi lộc đều đặn, trong hình cho thấy là hoa trái bước đầu thu hoạch được, thể hiện những thành công mới mà tình cảm vừa mang lại. Waite cho rằng đây là hạnh phúc, là một kết quả mới gặt hái được sau những mất mát và thất vọng trước. Cao hơn thế, Crowley cho rằng đây là hoan lạc, như một niềm vui được tìm lại sau khi trải qua những mất mát. Đây là lá bài thể hiện sự phát triển đi lên trở lại sau khi quá trình đi xuống ở lá trước.

Seven of Cups: Đây là lá bài thể hiện một sự đi lên của

tình cảm, nhưng không hẳn là theo chiều hướng chân thực mà là theo chiều hướng ảo. Waite cho rằng đây là khát vọng, thể hiện cho những thứ mà con người muốn đạt được, khi tình cảm phát triển lên đến mức độ nào đó, xúc cảm nội tâm con người trở nên mạnh mẽ đến mức họ có những mong muốn rất mãnh liệt. Tuy nhiên cảm xúc quá mãnh liệt sẽ dẫn đến những ảo giác mà Case nói là sự thành đạt ảo, đây là một chiều hướng phát triển tiêu cực của việc chìm đắm quá nhiều trong cảm xúc, nó dễ dẫn đến việc con người không kiểm soát được mình. Đó chính là sự phát triển tiêu cực mà Crowley nói là sự trác táng, thể hiện một lối sống đi sai hướng do những ảo giác mà việc chìm đắm quá mức trong tình cảm mang lại. Đây là một lá bài mang ý nghĩa không mấy tích cực và cần phải nhanh chóng thoát khỏi trạng thái cảm xúc đó.

Eight of Cups: Lá bài này tiếp tục xâu chuỗi với lá bài trước, và có vẻ như người đàn ông đã thoát khỏi tình trạng khát vọng ảo của mình. Waite cho rằng đây là sự hủy bỏ giao ước, hiểu một cách rõ ràng hơn là sự chấm dứt các mối liên hệ ở giai đoạn trước để hướng đến giai đoạn sau với những thành công tốt đẹp hơn. Crowley thì cho rằng

đây là sự biếng nhác, thể hiện qua hình ảnh người đàn ông đang quay lưng lại những chiếc cốc và bỏ đi. Trong khi đó Case cho rằng đây là sự thành đạt đã qua, tựu chung lại đều thể hiện người đàn ông đã để lại phía sau mình những vấn đề của quá khứ để hướng tới tương lai. Vì vậy dù lá bài không mang ý nghĩa tích cực lắm nhưng đã có sự đi lên từ lá trước và là tiền đề cho các lá bài sau.

Nine of Cups: Lá bài này thể hiện những thành công đã đạt được. Rõ ràng sau khi đoạn tuyệt giai đoạn trước thì bây giờ người đàn ông đã có được thành công. Waite cho rằng đây là sự thành đạt, còn Case diễn giải rõ ràng hơn là sự thành đạt về vật chất. Nói chung lá bài này thể hiện những điều tốt đẹp đến sau hai lá bài trước không mấy tích cực, chứng tỏ sự quyết đoán rời bỏ những khát vọng ảo đã thành công. Điều này tất yếu dẫn đến sự hạnh phúc theo như Crowley, tất nhiên trạng thái hạnh phúc này ổn định hơn nhiều.

Ten of Cups: Lá bài này tiếp tục thể hiện sự thành công viên mãn trong tình cảm tiếp sau lá bài trước. Case luận đoán lá này là sự thành công lâu dài, là những thành quả ổn định và liên tục trong các mặt cảm xúc. Kéo theo đó là sự dư dật theo như Crowley, đây cũng là thành quả tất yếu kéo theo từ lá bài trước khi tình cảm có được những chỗ dựa vững chắc để phát triển. Cuối cùng Waite diễn tả lá bài này thể hiện sự mãn nguyện, điều cũng được thể hiện qua hình ảnh gia đình hạnh phúc trên lá bài. Lá bài kết thúc bộ cốc này mang một ý nghĩa tích cực hơn rất nhiều so với bộ gậy.

HÀNH TRÌNH TRẠNG THÁI CỦA HỆ SWORDS (HỆ KIẾM) THUỘC NGUYÊN TỐ KHÍ

Hệ Swords: Hệ kiếm thuộc về nguyên tố khí, biểu hiện về các mối quan hệ và giao tiếp. Trong cuộc sống con người luôn ở trong nhiều mối quan hệ và giao tiếp. Vì thế bộ kiếm liên quan đến tất cả các vấn đề khác vì các mối quan hệ xuất hiện trong hầu hết các vấn đề vật chất, tình cảm. Cũng chính vì thế mà các vấn đề này rất phức tạp và nhiều khi nhạy cảm. Do đó các lời khuyên đưa ra cũng cần phải hết sức cân nhắc và phù hợp.

Ace of Swords: Lá bài khởi đầu cho bộ kiếm ngay lập tức đã thể hiện những yếu tố tốt đẹp. Hình ảnh trong lá bài thể hiện cây kiếm và vương miện cùng hào quang. Waite mô tả đây là sự chiến thắng của uy lực, còn Crowley thì mô tả đây là sự cân xứng của uy lực. Điều này các mối quan hệ bước đầu tạo được những động lực rất tốt để đạt tới những thành công. Case thì diễn tả đây là sự yên bình, chứng tỏ các mối quan hệ đều ổn định và không có mâu thuẫn gì. Các mối quan hệ tốt đẹp có thể đem lại thành công trong tất cả các lĩnh vực.

Two of Swords: Lá bài thể hiện hình ảnh một người bị bịt mắt và cầm kiếm chĩa về hai hướng khác nhau. Waite luận đoán đây là sự đối trọng, có lẽ thể hiện các mối quan hệ lúc này không còn hài hòa ổn định nữa mà đã bắt đầu phát triển theo các chiều hướng khác nhau. Case diễn tả đây là lực lượng tương xứng chứng tỏ các mối quan hệ này có vai trò khá là cân bằng với nhau. Crowley thì diễn tả sự yên bình, chứng tỏ được rằng các mối quan hệ này vẫn được kiểm soát tốt và giữ được sự yên bình, không xung đột lẫn nhau. Lá bài này tuy vẫn mang nghĩa tích cực nhưng cần sự tỉnh táo cũng như sự khôn ngoan để cân bằng các mối quan hệ.

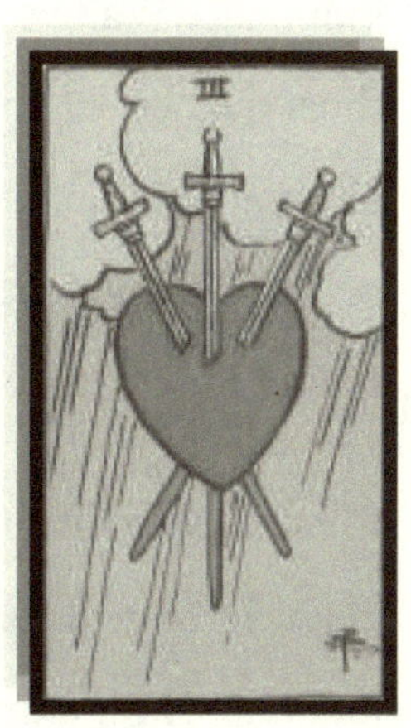

Three of Swords: Lá bài kế tiếp thể hiện một chiều hướng đi xuống trong các vấn đề quan hệ. Hình ảnh miêu tả ba cây kiếm đâm xuyên qua trái tim trong một phông cảnh khá u ám. Waite diễn tả đây là sự xa lánh trong tâm tưởng trong khi cả Crowley và Case đều diễn tả đây là nỗi muộn phiền. Lá bài này gián tiếp thể hiện sự khó khăn trong các mối quan hệ giao tiếp, tuy không thể hiện ra ngoài nhưng suy nghĩ của các bên đang dần xa cách nhau và điều nay mang lại sự phiền muộn cho chủ thể. Lá bài này yêu cầu cần sớm tìm ra giải pháp để giải quyết các vấn đề để khiến các mối quan hệ ổn định trở lại.

Four of Swords: Lá bài này thể hiện một sự bình ổn hơn so với lá bài trước. Case mô tả đây là sự tạm ngưng xung đột, phù hợp với hình ảnh người đang nằm khá tĩnh tại như

để tìm kiếm bình yên. Crowley cũng có chung quan điểm khi mô tả đây là sự hoãn binh, có vẻ như hình ảnh cây kiếm nằm sát bên người đã thể hiện nhưng mâu thuẫn chưa lắng dịu nhưng mọi thứ đã tạm ngưng, có lẽ để tìm giải pháp. Waite thì cho rằng đây là sự thoái lui, có lẽ thể hiện sự tạm thời nhường nhịn để mong giữ được các mối quan hệ tốt đẹp. Lá bài này mang ý nghĩa tích cực nhưng chỉ nhất thời và cần những tính toán về mặt lâu dài.

Five of Swords: Lá bài này thể hiện chiều hướng đi xuống trong các mối quan hệ. Hình ảnh thể hiện người đàn ông thu được vài cây kiếm nhưng để sót vài cây và bị hai người bạn quay lưng với mình. Waite diễn tả đây là sự tổn thất trong khi Crowley và Case cho rằng đây là sự bại trận. Điều này mô tả các mối quan hệ của người đàn ông đã không còn giữ được nguyên vẹn và anh ta phải chấp nhận việc mất đi vài mối quan hệ. Lá bài này tuy vậy vẫn cho thấy người đàn ông vẫn giữ được phần ưu thế về mình do anh ta còn giữ được nhiều kiếm hơn, chứng tỏ chưa phải mất hết tất cả.

Six of Swords: Lá bài này thể hiện chiều hướng khá hơn so với lá bài trước. Hình ảnh thể hiện người chèo đò đang đưa người khách giấu mặt cùng số kiếm qua sông. Case mô tả đây là thành công sau nhiều lo toan, thể hiện được lần này các mối quan hệ đã được tính toán cẩn thận hơn để thu được thành công. Các lí giải của Waite là lợi ích và Crowley là khoa học diễn tả về phương thức và thành quả thu được. Có lẽ là rút kinh nghiệm sau các mối quan hệ trước nên giờ các mối quan hệ đã được tính toán chu đáo hơn nhiều.

Seven of Swords: Đây là lá bài mang cả ý nghĩa tích cực và tiêu cực. Hình ảnh cho thấy người đàn ông tiếp tục để sót lại kiếm. Waite mô tả đây là kế hoạch có thể thất bại, còn Crowley thì đi xa hơn khi khẳng định sẽ không có cơ may thành công. Điều này thể hiện dù có tính toán nhưng có những thứ có thể vẫn vượt ngoài tầm kiểm soát và do vậy sẽ có những mất mát. Case thì chỉ ra nguyên do thất bại là do nỗ lực không bền, như vậy yếu tố chủ quan ở đây cao hơn khách quan.

Eight of Swords: Lá bài này thể hiện chiều hướng đi xuống tiếp tục trong các mối quan hệ. Hình ảnh thể hiện người bị trói, bịt mắt với nhiều kiếm cắm xung quanh. Crowley chỉ ra vấn đề ở đây là sự ngăn cản, rõ ràng ở đây chủ thể hoàn toàn bị khống chế và không thể hành động theo ý mình. Waite thì mô tả sự đối nghịch, có lẽ các mối quan hệ ở đây lại đi đến mức độ đối nghịch và có vẻ đã đưa đến chỗ không thể giải quyết được. Case thì mô tả đây là sự thiếu quyết đoán, có lẽ ám chỉ chính sự thiếu quyết đoán đã đưa đến việc chủ thể lâm vào hoàn cảnh bế tắc này, như vậy lá này mô tả hoàn cảnh khá tiêu cực.

Nine of Swords: Lá bài này thể hiện sự bế tắc vẫn tiếp tục diễn ra. Hình ảnh một người mất ngủ với nhiều cây kiếm ở vị trí gây ra sự lo lắng. Case đưa ra lí giải đầu tiên là sự lo âu, điều này như hậu quả tất yếu mà các mối quan hệ bế tắc mang lại. Waite đi xa hơn khi mô tả đây là sự tuyệt vọng, có vẻ như vẫn không có một lối thoát nào trong trường hợp này dù chủ thể đã cố gắng. Crowley dùng từ tàn nhẫn, có lẽ từ này chủ yếu diễn tả các mối quan hệ, dường như chính bản thân các mối quan hệ với đầy phức tạp và luôn biến chuyển đã không cho chủ thể tham gia một lối thoát nào.

Ten of Swords: Đây là lá bài cuối cùng của bộ kiếm và là một kết thúc tiêu cực nhất trong các bộ. Hình ảnh thể hiện người bị nhiều cây kiếm đâm chết. Waite mô tả đây là sự hoang tàn, thể hiện các mối quan hệ đã bị bỏ mặc cho đến mức chết, tức là không thể phục hồi được. Crowley và Case đều cho rằng đây là sự tàn lụi, thể hiện các mối quan hệ đều đi đến hồi kết, và chủ thể sẽ phải gánh chịu những hậu quả khá nặng nề. Tổng quan thì lá bài này khá tiêu cực và lời khuyên là phải tìm cách giảm bớt những thiệt hại, hậu quả xảy đến.

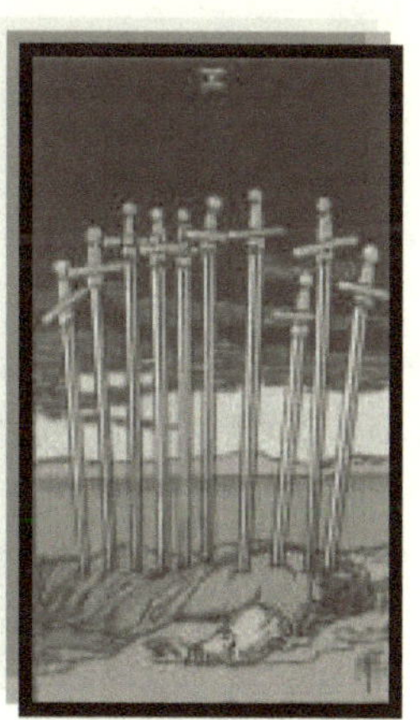

HÀNH TRÌNH TRẠNG THÁI CỦA HỆ PENTACLES (HỆ TIỀN) THUỘC NGUYÊN TỐ ĐẤT

Hệ Pentacles: Hệ Tiền thuộc nguyên tố đất, thể hiện sự bền vững. Hệ này thể hiện các vấn đề về vật chất cũng như sự sở hữu, đối lập với nguyên tố nước biểu hiện qua tình cảm. Các vấn đề căn bản nhất của con người thực tế đều xoay quanh các vấn đề vật chất và sở hữu. Vì thế khi luận giải các vấn đề khác cũng rất cần phải đối chiếu với mặt này. Vật chất là thứ giúp vận hành cuộc sống con người nên phải rất cẩn thận khi đưa ra lời khuyên về mặt này.

Ace of Pentacles: Đây là lá khởi đầu cho bộ Tiền, là sự bắt đầu của việc sở hữu và của các vấn đề vật chất. Crowley cho rằng lá này thể hiện cội rễ sức mạnh của đất, thể hiện căn nguyên và sự khởi phát về vật chất. Case nói rõ hơn khi cho rằng đây là lợi lộc vật chất, được thể hiện qua hình ảnh đồng tiền được ban tặng và hình tượng mảnh đất có tiềm năng phát triển. Waite thì đi xa hơn khi cho rằng đây là sự hoàn toàn mãn nguyện, điều này thực ra là kết quả của việc nhận được lợi ích về vật chất, rõ ràng không có khởi đầu nào tốt đẹp hơn khi nhận được những món quà như thế. Lá bài khởi đầu này mang ý nghĩa khá tích cực, đặc biệt khi đi với sự khởi đầu một công việc nào đó.

Two of Pentacles: Lá bài này thể hiện một sự lơ lửng, một sự chuyển hóa qua lại. Điều này được thể hiện qua hình ảnh hai đồng tiền có sự chuyển đổi qua lại với nhau. Tổng quát thì Crowley nói đây là sự thay đổi còn Case diễn giải sâu hơn khi nói đây là sự hài hòa trong quá trình thay đổi. Muốn đạt được những thành công thì tất yếu phải tự thay đổi để trở nên tốt hơn, đó là quy luật, nhưng quan trọng hơn là sự thay đổi đó diễn ra một cách ôn hòa. Và bản thân mỗi sự thay đổi đều mang trong mình một thông điệp nào đó theo như cách Waite diễn giải lá này là một thông điệp, vì thế lá này hàm chứa ý nghĩa tích cực là thành công sẽ đến vì người đàn ông đang đi đúng hướng.

Three of Pentacles: Hình ảnh trên lá bài thể hiện một sự bắt đầu xây dựng, tức là đặt một nền móng cơ bản cho sự phát triển. Case nói rõ rằng đây là sự xây dựng còn Crowley cho đây là việc làm, thực ra đều có hàm ý chung là nói về một xuất phát vững chắc trong công việc, chứng tỏ vật chất hiện đang có được một nền móng khá vững chắc. Waite thì luận giải đây là lao động có kỹ năng, thể hiện rõ người đàn ông là người có kỹ năng, nói rộng ra là biết mình đang làm gì. Vì thế lá bài này không chỉ nói đến sự ổn định trong hiện tại mà còn thể hiện những thành công sắp tới trong tương lai. Lá bài này thể hiện một sự đi lên khá vững chắc theo chu trình từ hai lá bài trước.

Four of Pentacles: Lá bài này thể hiện sự phát triển lên mức độ cao về các vấn đề vật chất. Hình ảnh trên lá bài cho thấy người đàn ông khá là sung túc về vấn đề vật chất, thậm chí là ở địa vị cao. Waite luận giải rằng đây là sự bảo đảm về tài sản, chứng tỏ đến lúc này người đàn ông đã có được thành công và sự ổn định trong các vấn đề về vật chất cũng như sở hữu. Crowley cho rằng lá bài thể hiện quyền lực thế trần còn Case thì chỉ nói là quyền lực, đây là thành quả tất nhiên vì sự sở hữu, đặc biệt là về vật chất luôn đem lại cho con người các loại quyền lực, và tất nhiên hầu hết là quyền lực trần thế. Lá bài này mang ý nghĩa thành công và là kết quả của quá trình đi từ các lá bài trước.

Five of Pentacles: Chuyển từ lá bài tích cực trước, lá bài này mang ý nghĩa khá tiêu cực. Hình ảnh trên lá bài là một

người đàn ông chống nạng, chứng tỏ có thể có một tai nạn đã xảy ra làm chuyển biến tình trạng vật chất của người này. Waite diễn tả là sự nghèo túng, khá là bất ngờ so với tình trạng của lá bài trước. Crowley thì diễn tả là sự lo lắng, có thể là do sự chuyển biến đột ngột đã dẫn đến sự lo lắng về mọi mặt của cuộc sống, có thể thấy được những khó khăn trước mắt. Case thì diễn tả là sự hài hòa, có lẽ là đề cập đến khả năng giữ cho mọi chuyện không xấu đi, chứng tỏ khả năng kiểm soát và làm chủ vấn đề vẫn còn hiện hữu trong lá bài này.

Six of Pentacles: Lá bài này thể hiện sự tích cực trở lại trải qua khó khăn ở lá bài trước. Hình ảnh trên lá bài thể hiện một người đàn ông khá giả và thậm chí còn có dư để bố thí. Waite cho rằng đây là sự thành công trên đời, diễn tả sự vươn lên đạt tới thành công sau những khó khăn gặp phải. Thực tế tuy gặp khó khăn nhất thời nhưng chuỗi các lá bài đi trước đều khá tích cực và thể hiện được năng lực tốt của người đàn ông trong các vấn đề vật chất. Crowley diễn tả là sự thành đạt còn Case diễn tả là sự thịnh vượng, đều là nói đến những yếu tố mà sự thành công mang lại, người đàn ông trong hình rất rõ ràng là được mọi người trọng vọng.

Seven of Pentacles: Lá bài này diễn tả một sự hơi chững lại một chút về vấn đề vật chất. Waite diễn tả lá bài mô tả những nguyên nhân gây lo lắng về tiền bạc, được thể hiện qua dáng vẻ ưu tư của người đàn ông khi ông ta ngừng lại suy nghĩ giữa chừng công việc. Crowley thì đoán lá này thể hiện sự thất bại nhưng có lẽ Case đi sát hơn khi nói rằng lá bài thể hiện sự việc chưa hoàn tất. Có lẽ là sự việc chưa hoàn tất là do người đàn ông chưa tính toán được hết mọi chuyện và nhận ra mình sẽ bị hao hụt về vật chất ở cuối cùng. Lá bài này là sự chững lại sau lá bài trước và nó yêu cầu sự cẩn thận trong hành động.

Eight of Pentacles: Hình ảnh trên lá bài thể hiện người đàn ông đang tỉ mỉ sửa chữa lại những đồng tiền. Waite đi sát hình ảnh khi mô tả điều này thể hiện chuyên môn về thủ công nghiệp, có lẽ tiếp nối sau lá bài trước khi anh nông dân nhận ra mình có thể làm chuyện này giỏi. Crowley thì mô tả lá bài thể hiện sự cẩn trọng còn Case thì cho rằng lá

bài thể hiện sự giỏi giang về chuyện làm ăn. Đây có lẽ là do những kinh nghiệm rút ra từ lá bài trước nên người đàn ông bây giờ đã tính toán chu đáo tỉ mỉ hơn trong công việc của mình. Lá bài này vì thế mang ý nghĩa khá tích cực và là tiền đề vững chắc cho các lá sau.

Nine of Pentacles: Lá bài này mang ý nghĩa khá tích cực khi miêu tả hình ảnh vụ mùa bội thu. Crowley diễn tả đây là sự hoạnh lợi, như là thành quả của sự nỗ lực và tính toán chu đáo của giai đoạn trước. Waite thì mô tả là sự dư dật mọi thứ, có lẽ đến lúc này thắng lợi thực thụ về mặt vật chất đã đến và bây giờ thì không có sai sót gì. Tuy nhiên Case vẫn nêu ra sự thận trọng trong lá bài này, có lẽ là hành động đã trở thành thói quen xuyên suốt khi giải quyết các vấn đề vật chất. Thực tế cho thấy các vấn đề có liên quan đến vật chất thường xảy ra những biến cố bất thường, do vậy rất cần sự thận trọng đi kèm.

Ten of Pentacles: Lá bài cuối cùng của bộ Tiền là một lá

bài tích cực mô tả thành quả đạt được sau cả một quá trình. Hình ảnh trên lá bài cho thấy một gia đình hạnh phúc với sự sở hữu về vật chất rất dồi dào. Waite mô tả đây là sự hoạnh lợi, tức là tiếp tục là sự bội thu từ công việc, mang đến sự thắng lợi lớn về vật chất. Crowley mô tả sự giàu có, Case mô tả sự thịnh vượng đều là những yếu tố đi kèm với sự thắng lợi về vật chất. Đây là lá bài mang tính tích cực rất nhiều và thể hiện sự thành công viên mãn về các vấn đề liên quan đến vật chất.

CHƯƠNG 3 : CHỦ ĐIỂM SỰ KIỆN CỦA BỘ ẨN CHÍNH (MAJOR ARCANA) HAY PHÂN TÍCH HÀNH TRÌNH PHÁT TRIỂN SỰ KIỆN THEO CHIỀU DỌC

MƯỜI KIỂU SỰ KIỆN TRONG HÀNH TRÌNH CHÀNG KHỜ

Sự Kiện Kiến Tạo: Lá The Fool và The World

Đây là cặp bài gồm lá đầu tiên và cuối cùng của các lá Major, thể hiện cho sự bắt đầu và kết thúc của hành trình chàng khờ. Lá The Fool thể hiện hình ảnh chàng khờ đang bắt đầu hành trình của mình còn lá The World thể hiện hình ảnh người đã có tất cả mọi thứ như là cả thế giới bao quanh. Các lời đoán của lá The Fool hướng vào những ý tưởng, tinh thần và các hành động kỳ dị còn lá The World hướng vào sự thành công chắc chắn, sự tổng hợp, thành công cũng như sự thay đổi địa vị và hướng về mục đích của vấn đề. Cặp bài này thường khó để xác định khoảng thời gian cụ thể mà nó chỉ đại diện cho hai thái cực của vấn đề là khởi đầu và kết thúc, ở đây chàng khờ bắt đầu hành trình mà không có gì trong tay và đi đến cuối con đường thì anh ta đã học hỏi và thực nghiệm tất cả mọi thứ, trở nên người có tất cả và trở thành một phần của thế giới. Ở lá The Fool ta thấy ít nhiều những mối nguy vì khi khởi đầu hành trình chàng khờ vẫn chưa có gì, còn ở lá The World ta thấy sự an toàn ổn định vì lúc này đây chàng ta đã có mọi thứ và khó có gì có thể gây nguy hại cho chàng ta.

Sự Kiện Tiềm Năng: Lá Magician và Justice

Đây là cặp bài thể hiện hai mặt về vấn đề tiềm năng. Lá bài Magician thể hiện hình ảnh chủ thể sở hữu đầy đủ những yếu tố (gậy,cốc, tiền, kiếm) và sẵn sàng quá trình thực hiện còn lá Justice thể hiện chủ thể đang có sự cân bằng tốt giữa thanh kiếm và cán cân, biểu trưng cho sự khống chế và kiểm soát tốt các khả năng của mình. Các lời đoán của lá Magician hướng về ý chí, kĩ năng và sự khéo léo còn các lời đoán của lá Justice hướng về công lý, sự điều chỉnh cân bằng, sức mạnh và uy quyền. Có thể đối chiếu với các lá Minor sẽ thấy được đây là bước đầu của một hành trình khi chủ thể được trao tặng hoặc được khai sáng về các khả năng của mình và học cách kiểm soát, cân bằng những khả năng đó. Lá bài này cho thấy chiều hướng tích cực khi khởi đầu một công việc nhưng cũng hàm chứa những sự mâu thuẫn mà chủ thể phải tìm cách cân bằng và khống chế nó.

Sự Kiện Tri Thức: Lá The High Priestess và The Hanged Man

Đây là cặp bài thể hiện về vấn đề tri thức. Lá The High Priestess thể hiện hình ảnh nữ tư tế với khung cảnh khá bí ẩn còn lá The Hanged Man thể hiện hình ảnh một người tự treo ngược mình lên để suy tư. Các lời đoán của lá The High Priestess hướng về sự bí ẩn, sự thay đổi cũng như tương lai chưa lộ dạng, còn các lời đoán của lá The Hanged Man lại hướng tới một sự chịu đựng, hy sinh, sự mất mát không thể tránh được. Đối chiếu với các lá Minor ta có thể thấy chủ thể ở đây đứng trước vấn đề lớn nằm ở trong chính suy nghĩ của mình, nó yêu cầu phải có sự chọn lựa để thực hiện sao cho cân bằng nhất hay quyết định đi theo một hướng nào đó. Sự suy ngẫm thận trọng là yếu tố cần được để tâm nhất ở cặp bài này vì nó sẽ ảnh hưởng rất quan trọng với những sự việc diễn ra sau đó.

Sự Kiện Sinh Tồn: Lá The Empress và The Death

Đây là cặp bài thể hiện về vấn đề sinh tồn: sự bảo hộ để thực hiện sự thay đổi, tiến triển. Lá The Empress thể hiện nữ hoàng ngồi yên vị và có được chỗ dựa vững chắc, biểu trưng cho sự bảo trợ mạnh mẽ để sinh tồn còn lá The Death thể hiện kỵ sĩ đang chuẩn bị xuất phát và biến đổi để sinh tồn. Các lời đoán của lá The Empress hướng về sự thành đạt, niềm vui, tình yêu còn các lời đoán của lá The Death hướng về sự biến đổi, sự kết thúc. Đối chiếu thêm với các lá Minor ta có thể thấy sự bảo hộ của lá The Empress mang tính tĩnh tại và ổn định, trong khi với lá The Death nó mang tính động, nghĩa là ở đây đòi hỏi có một sự chuyển động mang đến một sự thay đổi. Ở đây có thể sẽ có những tổn thất nhưng điều quan trọng là những sự thuận lợi và thành quả đạt được sau khi hoàn tất quá trình lột xác này.

Sự Kiện Quyền Lực: Lá The Emperor và Temperance

Vấn đề được thể hiện trong cặp bài này là quyền lực. Lá

The Emperor thể hiện ông vua đầy quyền lực ngồi vững vàng trên ngai vàng còn lá Temperance thể hiện một thiên sứ đang cân bằng dòng nước qua lại giữa hai chiếc cốc một cách hài hòa. Các lời đoán của lá The Emperor hướng về quyền lực, sự ổn định và sự kiểm soát còn các lời đoán của lá Temperance hướng về sự ôn hòa, thích ứng và sự kết hợp, quản lí. Đối chiếu với các lá Minor có thể thấy trạng thái căn bản ở đây là tĩnh, chủ yếu thể hiện cho sự nghỉ ngơi vững chắc sau khi giành được một thắng lợi nào đó. Trạng thái ổn định ở đây là nền tảng tốt để tiến hành những dự định và kế hoạch cho hành trình phía trước.

Sự Kiện Tâm Linh: Lá The Hierophant và The Devil

Cặp bài này đề cập đến vấn đề khá khác biệt so với cặp bài trước, đó là tâm linh. Lá The Hierophant thể hiện hình ảnh đạo sĩ tượng trưng cho nguồn khai sáng về nhận thức tâm linh còn lá The Devil thể hiện hình ảnh con quỷ và sự ràng buộc, tượng trưng cho những trạng thái trong nội tâm chủ thể. Các lời đoán của lá The Hierophant hướng về những sự kết hợp, phấn khích cũng như những sự giúp đỡ từ người trên còn các lời đoán của lá The Devil hướng về sức mạnh, tính vật chất, sự ràng buộc cũng như những tham vọng cuồng nhiệt. Đối chiếu với các lá Minor ta thấy cặp bài này thể hiện quá trình đi sâu tìm hiểu nội tâm con người, sau khi nhận biết được nội tâm mình thì dẫn đến tham vọng kiểm soát nó đi đôi với những ràng buộc vật chất mạnh mẽ. Cặp bài này đi sâu vào con người và phân tích vấn đề niềm tin cũng như trạng thái tâm hồn họ khi họ dấn bước ngày càng sâu vào cuộc hành trình của mình.

Sự Kiện Hòa Hợp: Lá The Lovers và The Tower

Cặp bài này đề cập đến vấn đề tình cảm, khác với vấn đề tâm linh ở lá bài trước. Lá The Lovers thể hiện hình ảnh cặp đôi yêu nhau, nhận được sự chúc phúc từ bề trên còn lá The Tower thể hiện hình ảnh tòa tháp cao bị sét đánh và hai người bị ngã khỏi nó. Các lời đoán của lá The Lovers hướng về tình yêu, cái đẹp, động lực và cả sự bồng bột còn lá The Tower thể hiện tham vọng, sự xung đột tranh cãi cũng như sự sụp đổ, tai họa không thể lường trước. Đối chiếu với các lá Minor ta thấy hai lá bài này đánh dấu một bước phát triển mới trong vấn đề cảm xúc của chủ thể, thường thì những tình cảm này mang nhiều ý nghĩa tích cực nhưng nó tiềm ẩn những mối nguy họa không thể tránh được và sẽ mang lại nhiều tổn thất cho chủ thể. Đây là cặp bài nói lên một quy luật trong cuộc sống đó là tình yêu luôn đi chung với sự ràng buộc, đau khổ.

Sự Kiện Quản Trị: Lá The Chariot và The Star

Cặp bài này đề cập đến vấn đề quản lí và quản trị, gắn với các vấn đề công việc có phần nhiều hơn so với tình cảm. Lá The Chariot thể hiện một viên tướng đang đứng và có hai nhân sư chịu sự điều khiển của ông, còn lá The Star thể hiện một người đang cố gắng đổ hai bình nước xuống làm sao cho lượng nước thật cân bằng với nhau. Các lời đoán của lá The Chariot hướng về sự chiến thắng, thành công cũng như sự gìn giữ truyền thống còn lá The Star hướng về sự hy vọng, thấu hiểu, những viễn cảnh tươi sáng cũng như sự hiện thực những điều có thể. Đối chiếu với các lá Minor ta thấy hai lá bài này nói về khả năng cân bằng cũng như xử lý hài hòa các công việc. Tuy hàm ý khá tích cực là ta có thể kiểm soát được nó nhưng nó cũng cho thấy quá trình thực hiện đòi hỏi sự nỗ lực và nghiêm túc trong suốt quá trình.

Sự Kiện Sức Mạnh: Lá Strength và lá The Moon

Cặp bài này thể hiện vấn đề về sức mạnh. Lá Strength thể hiện một người đang huấn luyện sư tử còn lá The Moon thể hiện những con thú đang hướng về mặt trăng và ngưỡng vọng ánh sáng tỏa ra từ mặt trăng. Các lời đoán của lá Strength hướng về sức mạnh, sự dũng cảm, uy lực, các hành động có đam mê mãnh liệt, còn lá The Moon hướng về sự ảo tưởng, lừa dối, giả mạo và những kẻ thù giấu mặt.

Đối chiếu với các lá Minor ta có thể nhận thấy cặp bài này thường thể hiện những bước ngoặt quan trọng đòi hỏi con người phải đưa ra các quyết định, hành động dứt khoát. Nếu những hành động mạnh mẽ này thành công thì sẽ mang lại cho người đó những thắng lợi lớn, nhưng trong quá trình đó họ cũng cần phải hết sức cẩn trọng trước những sự cám dỗ của những thứ xung quanh có thể làm người đó đi lạc đường.

Sự Kiện Minh Triết: Lá The Hermit và lá The Sun

Cặp bài này thể hiện vấn đề về minh triết. Lá The Hermit thể hiện hình người ẩn sĩ cầm một ngọn đèn sáng soi rọi còn lá The Sun thể hiện ánh sáng mặt trời đang soi chiếu rõ ràng. Các lời đoán của lá The Hermit thể hiện sự khôn ngoan cẩn trọng, sự tỏa sáng từ bên trong cũng như sự ẩn mình không tham gia thế sự, còn lá The Sun thể hiện vinh quang, sự phô trương, sự sung sướng về vật chất và mãn nguyện về tinh thần. Đối chiếu với các lá Minor ta thấy cặp bài này thể hiện chủ thể được khai sáng về mặt tiềm thức, giúp người đó có được cái nhìn sáng suốt hơn về cuộc sống và các vấn đề họ gặp phải, rồi sau đó vận dụng khả năng học được để giải quyết những khó khăn của mình và cũng là sự thể hiện ra ngoài những tiềm thức của mình sau khi được khai sáng. Cặp bài này thể hiện ý nghĩa rất tích cực là chủ thể sẽ có được sự giúp đỡ để hiểu hết các khả năng trong tiềm thức của mình và thể hiện nó ra ngoài một cách rõ ràng.

Sự Kiện Định Mệnh: Lá Wheel of Fortune và lá Judgement

Cặp bài này thể hiện vấn đề về số phận. Lá Wheel of Fortune thể hiện vòng xoay của số phận còn lá Judgement thể hiện hình ảnh của sự phán xét sau cùng. Các lời đoán của lá Wheel of Fortune hướng vào số phận, sự thay đổi vận số cũng như những may mắn và sự tốt đẹp, còn lá Judgement hướng về khả năng thay đổi làm mới lại, sự thay đổi địa vị, sự quyết định và suy xét liên quan đến quá khứ và tương lai. Đối chiếu với các lá Minor ta thấy cặp bài này thể hiện sự kết thúc, khép lại một quá trình, có thể là mở ra một quá trình mới hay kết thúc hoàn toàn, ở lá Wheel of Fortune thì nhấn mạnh sự thay đổi ngẫu nhiên còn lá Judgement thì mang ý nghĩa cố định, là sự phán xét tổng quát cho cả một quá trình. Cặp bài này thể hiện một quá trình kết thúc và bắt đầu mang tính luân hồi, tiếp diễn của số phận và nó thường tượng trưng cho sự kết thúc của hành trình hoặc cuộc sống con người.

CHƯƠNG 4 : CHỦ ĐIỂM TRẠNG THÁI CỦA BỘ ẨN PHỤ SỐ (MINOR ARCANA PIP CARDS) HAY PHÂN TÍCH HÀNH TRÌNH TRẠNG THÁI THEO CHIỀU DỌC

MƯỜI KIỂU TRẠNG THÁI TRONG HÀNH TRÌNH CHÀNG KHỜ

Trạng Thái Khởi Động: Các lá Ace

Các lá Ace theo chiều dọc diễn tả các trạng thái của sự khởi đầu nên các lời đoán đều hướng về vấn đề cội nguồn sức mạnh của 4 yếu tố đất, khí, lửa, nước tương ứng. Lá Ace of Wands mô tả sự khởi đầu trong việc làm ăn kinh doanh, năng lực của nhân vật để thực hiện công việc, ứng với cội nguồn năng lực của lửa; lá Ace of Cups mô tả sự màu mỡ phì nhiêu, thể hiện cho lòng chân thật, là sự tiếp xúc ban đầu trong chuyện tình cảm, ứng với cội nguồn sức mạnh của nước; lá Ace of Pentacles mô tả những lợi lộc về mặt vật chất, trạng thái mãn nguyện về mặt tinh thần, ứng với cội nguồn sức mạnh của đất và là điểm khởi phát của các vấn đề về vật chất và sở hữu; lá Ace of Swords mô tả sự chiến thắng và cân xứng ủa uy lực, sự yên bình tại thời điểm hiện tại, ứng với cội nguồn sức mạnh của khí. Cội nguồn sức mạnh là nền tảng cho sự khởi đầu của các ý tưởng, một công việc mới hay một mối quan hệ mới vì thế nó mang nhiều ảnh hưởng tới các quá trình sau, xem xét các lá này thèo qui trình thụ pháp và hành pháp ta nhận thấy rằng hai lá thuộc hệ Cups và Pentacles là thuộc thụ pháp còn hai lá thuộc hệ Swords và Wands thuộc hành pháp, như vậy hệ Cups và Pentacles thể hiện sự thụ động, tiếp thu những lợi ích ban đầu hoặc được giáo dục cho nhận biết những khả năng của mình, còn hai lá hệ Swords và Wands thể hiện sự chủ động tiếp cận những mục đích hoặc sáng tạo những ý tưởng mới. Đối chiếu với hai lá theo chiều dọc Major thì ta thấy nó biểu hiện sự trao tặng, gợi cho nhận biết được những khả năng, năng lực để thông qua đó chỉ ra một hướng đi trên hành trình cho người đó, qua đó thể hiện điều quan trọng nhất trong việc bắt đầu một quá trình là sự nhận thức được khả năng của bản thân cũng như xác định những cơ sở cần thiết nhất. Các lá tượng trưng cho sự khởi đầu thường mang ý nghĩa tích cực, chủ động, tuy vậy cần phải chú ý đừng chủ quan vì vẫn chưa lường trước những khó khăn ở chặng đường phía trước.

Trạng Thái Cân Nhắc: Các lá Two

Các lá Two theo chiều dọc thường diễn tả những vấn đề suy nghĩ cân nhắc khi triển khai hành động, là giai đoạn tiếp theo sau các lá Ace. Lá Two of Wands có lời đoán hướng về sự thống trị, lá Two of Cups hướng về tình yêu và sự hỗ trợ, lá Two of Pentacles hướng về sự thay đổi hài hòa còn lá Two of Swords lại hướng về đối trọng và sự cân xứng. Qua đó ta thấy được lá bài diễn tả một sự thay đổi, vấn đề bây giờ không còn là đơn giản một chiều là nhận thức về các khả năng của bản thân và các điều kiện hiện có mà có sự phức tạp lên, chủ thể sẽ phải đối diện với vấn đề là sử dụng những điều kiện mà mình có như thế nào, tức là việc lên kế hoạch. Đối chiếu với các lá Major tương ứng chiều dọc cho thấy phải tập trung vào tri thức vì đây sẽ là chìa khóa để tháo gỡ các khó khăn, theo chiều hướng thụ pháp thiên về suy nghĩ được thể hiện qua hai lá hệ Pentacles và Cups: hệ Pentacles thể hiện sự cân đong đo đếm còn hệ Cups thể hiện sự hợp tác để cùng hành động; hai hệ Wands và Swords thể hiện sự chủ động: hệ Wands thể hiện sự tính toán mang tính chất một kế hoạch tấn công, có mục tiêu rõ ràng và thường là kế hoạch khả thi, hệ Swords thì mô tả sự xử lý các vấn đề nhằm giải quyết các mối quan hệ mâu thuẫn nhằm thuận tiện cho hành động. Lá này thường hàm chứa ít nhiều sự mâu thuẫn và chọn lựa, có thể dẫn đến thành công hay thất bại do tính chất số “2” của nó.

Trạng Thái Dứt Khoát: Các lá Three

Các lá Three theo chiều dọc thường diễn tả một sự hành động theo một hướng nào đó với sự quyết đoán, hành động này tiếp diễn sau khi đã trải qua suy xét ở giai đoạn của các lá Two. Lá Three of Wands diễn tả quyền lực và đức hạnh chân chính, lá Three of Cups diễn tả sự thỏa mãn và hoan lạc, lá Three of Pentacles diễn tả sự xây dựng, lao động có kỹ năng còn lá Three of Swords diễn tả sự phiền muộn và xa lánh trong tâm tưởng. Xét chung với các lá Major theo chiều dọc ta thấy hành trình được tiếp diễn do sự chọn lựa từ lá bài trước đem lại nhưng quan trọng hơn là sự bảo hộ một cách vững chãi cũng như sự quyết tâm của chủ thể, điều này được thể hiện qua sự bảo hộ đến từ lá The Empress theo ý nghĩa tiếp nhận thụ pháp và sự thay đổi mang tính chủ động thể hiện trong lá Death. Các lá này chỉ ra các vấn đề là làm sao vận dụng kỹ năng cũng như các sự trợ giúp cho hiệu quả để hoàn thành mục tiêu đã được lên kế hoạch ở giai đoạn trước. Ý nghĩa tích cực ở đây là nó chỉ ra chủ thể sẽ có đủ năng lực và sự trợ giúp để thắng lợi, vấn đề nằm ở nỗ lực để thực hiện công việc cho tốt, tùy theo các trạng thái chủ động hay thụ động mà các lá bài thể hiện cụ thể như lá Pentacles là khởi đầu nền móng, lá Cups là khởi đầu các quan hệ cộng đồng, lá Wands là trực tiếp thực thi công việc còn lá Swords là chịu đựng những tổn thất trong quá trình phát triển kế hoạch.

Trạng Thái Cân Bằng: Các lá Four

Các lá Four thường thể hiện một giai đoạn nghỉ ngơi cân bằng ở trong hành trình sau khi kết thúc giai đoạn hoàn thiện đầu tiên. Lá Four of Wands thể hiện công việc hoàn tất, lá Four of Cups thể hiện sự sang trọng, suy niệm, lá Four of Pentacles thể hiện sự bảo đảm về tài sản và quyền lực còn lá Four of Swords thể hiện sự hoãn binh, tạm ngưng xung đột. Tổng quát theo chiều dọc thì các lá này đều diễn tả một trạng thái hưởng thụ, thường là sau khi hoàn thành một quá trình hay đạt được một thắng lợi nào đó, Trạng thái nghỉ này thường gắn kết với các yếu tố quyền lực cũng như sự bảo đảm. Tuy nhiên trạng thái này chỉ mang tính chất nhất thời vì cuộc hành trình vẫn sẽ tiếp diễn và do vậy chủ thể cần phải có sự chuẩn bị cho những biến cố sắp sửa xảy ra. Bản thân các trạng thái nghỉ cũng khác nhau: hệ Cups mô tả sự suy tư trong thành công, hệ Pentacles thể hiện trạng thái địa vị vững vàng tương ứng với trạng thái thụ pháp của lá Major số 4 là The Emperor; còn sự tĩnh lặng nhưng dường như đang chuẩn bị cho trận chiến của hệ Swords cũng như sự thu hoạch thắng lợi tạm thời của lá Wands thể hiện mức độ chủ động để tạo ra sự yên bình và cân bằng giống như sự chủ động điều hòa của trạng thái thụ pháp trong lá Temperance.

Trạng Thái Bất Hòa: Các lá Five

Các lá Five thường thể hiện sự thay đổi gây ra mất cân bằng trong quá trình thực hiện một công đoạn mới của cuộc hành trình. Lá Five of Wands thể hiện sự tranh giành, xung đột; lá Five of Cups thể hiện sự mất mát niềm tin nhưng còn lại chút ít hy vọng; lá Five of Pentacles thể hiện sự nghèo túng và lo lắng; lá Five of Swords thể hiện sự tổn thất và bại trận. Đối chiếu với các lá Major tương ứng ta có thể thấy các lá bài này thể hiện một quá trình không dễ dàng và thường là do sự tác động của các yếu tố tâm linh, làm ngăn trở sự tiến triển vì tâm linh hay nội tâm là vấn đề rất phức tạp và thuộc về những phần sâu kín nhất trong mỗi con người. Sự thành công ở các lá bài này dường như bị ngăn trở nhưng sự ngăn trở này dường như không hẳn dẫn đến thất bại mà chỉ là khó khăn trên hành trình nên chỉ cần cố gắng thì vẫn có thể vượt qua, nói chung sự mâu thuẫn, đấu tranh và thất bại là điều vẫn thường thấy khi công việc đi theo chiều hướng lên cao, sẽ phải đối chọi với nhiều thử thách. Ở đây hai lá hệ Cups và Pentacles vẫn tiếp tục thể hiện chiều hướng thụ động khi mô tả những khó khăn mà nhân vật phải hứng chịu, còn hai hệ Swords và Wands thể hiện những khó khăn và tổn thất khi nhân vật đang chủ động thực hiện các công việc của mình ở một giai đoạn mới.

Trạng Thái Giải Phóng: Các lá Six

Các lá Six theo chiều dọc thể hiện một điểm nhấn về thành công tiếp theo trong hành trình, xảy ra sau khi đã trải qua khó khăn ở giai đoạn trước. Lá Six of Wands thể hiện sự thắng lợi sau khi xung đột; lá Six of Cups thể hiện sự hạnh phúc và hoan lạc; lá Six of Pentacles thể hiện sự thành công, thịnh vượng; lá Six of Swords thể hiện lợi ích cũng như những thành công đạt được sau nhiều lo toan. Đối chiếu với các lá Major tương ứng ta thấy các lá này đều thể hiện những sự thành công, thắng lợi cả về vật chất lẫn tinh thần, nhưng những thành quả này có được là do những sự nỗ lực của cả quá trình trước đó chứ không phải ngẫu nhiên: hai hệ Cups và Pentacles thể hiện sự tìm lại bản thân trong tình cảm cũng như địa vị về vật chất tương ứng với những tình cảm tốt đẹp nhận được thông qua lá The Lovers trong quá trình thụ pháp, còn hai hệ Swords và Wands thể hiện cuộc đấu tranh vượt khó để đạt được thắng lợi, tương ứng với sự quyết liệt của lá The Tower. Tuy vậy trong các lá bài này vẫn hàm chứa những mối nguy tiềm ẩn, đó là sự quá tham vọng, háo thắng dễ dẫn đến sai lầm của bản thân, ngoài ra còn có những sự đố kị hãm hại từ xung quanh. Các lá này đánh dấu một bước đóng nữa của hành trình sau các lá Four, có thể thấy các hành trình ngày càng phức tạp và nhiều mâu thuẫn hơn.

Trạng Thái Ngăn Trở: Các lá Seven

Các lá Seven theo chiều dọc thể hiện hành trình đi sang một bước tiến mới mang theo những trở ngại gây ra bởi chính thành công trước đó. Các lá Seven là sự phát triển vội vàng và đầy mạo hiểm của hành trình hoặc những kỳ vọng quá mức. Lá Seven of Wands thể hiện sự tiến công quá mức; lá Seven of Cups thể hiện những khát vọng ảo cũng như sự trác táng; lá Seven of Pentacles thể hiện những khối công việc quá nhiều không thể hoàn tất và sự lo lắng cũng như thất bại; lá Seven of Swords thể hiện các kế hoạch không có cơ may thành công trọn vẹn cũng như những nỗ lực không bền vững. Các lá này đối chiếu với các lá Major tương ứng thể hiện những tham vọng đi quá xa với thực tế, nguyên nhân của những việc này có thể do những thắng lợi đạt được ở giai đoạn trước làm nhân vật mất đi sự sáng suốt và trở nên xa rời thực tế. Hệ Cups và Pentacles thể hiện những vấn đề xuất phát từ nội tâm, hệ Wands nhấn mạnh những nỗ lực nhằm giải quyết vấn đề còn hệ Swords thể hiện kế hoạch có những tổn thất và những điểm không đạt được, thiên về tính chủ động hơn so với hai hệ trước. Những kế hoạch và dự tính trong giai đoạn này có thể sẽ bị ảnh hưởng nhiều do những tâm trạng và khát vọng quá đà của bản thân, như vậy sự cản trở đến từ bên trong chứ không phải như bên ngoài như các lá Five. Trường hợp này đòi hỏi chủ thể cần có sự bình tĩnh và thận trọng trong các quyết định, tránh những sự nóng vội với những thành tích, danh vọng ảo.

Trạng Thái Thích Ứng: Các lá Eight

Các lá Eight theo chiều dọc thể hiện bước ngoặt quan trọng trong hành trình của chủ thể để giải quyết những ngăn trở của các lá Seven: sự điềm tĩnh. Các lá Eight đặc trưng bởi sự bị động, cho dù là bởi bắt buộc hay tự nguyện, gây ra bởi sự ngăn trở trước đó. Lá Eight of Wands thể hiện sự phục hồi tính nhanh nhẹn và hoạt động; lá Eight of Cups thể hiện sự phá bỏ những trì trệ, sự biếng nhác cũng như những thành công đã qua; lá Eight of Pentacles thể hiện sự tái lập của tư tưởng cẩn trọng; lá Eight of Swords thể hiện sự thích ứng của đối nghịch, thiếu quyết đoán. Các lá này thể hiện những yếu tố cần có để đưa ra những quyết định mang tính bước ngoặt trong cuộc hành trình, cụ thể là để chuyển sang một con đường mới thì chủ thể phải đoạn tuyệt với con đường cũ, bỏ qua những vinh quang cũ và phải có thái độ nhanh nhẹn quyết đoán cũng như phải đối đầu với nhiều sự ngăn cản. Sự đoạn tuyệt cũng như dấn thân vào con đường mới được thể hiện qua hai hệ Cups và Pentacles thể hiện quyết tâm của nhân vật, ứng với lá Strength trong hành trình thụ pháp (nắm lấy sức mạnh), còn hai hệ Swords và Wands thể hiện quá trình đấu tranh, sử dụng các khả năng của mình để đạt được mục đích (hướng tới sử dụng sức mạnh) ứng với hành trình hành pháp trong các lá Major. Đây là các lá bài hàm chứa nhiều yếu tố biến đổi tuy nhiên nó vẫn chứa đựng nhiều khả năng mà chủ thể có thể thành công, đó là khả năng, nội lực cũng như các sự giúp đỡ chủ thể nhận được.

Trạng Thái Thành Tựu: Các lá Nine

Các lá Nine theo chiều dọc thể hiện một phần kết quả của sự biến đổi trong hành trình từ các lá trước. Lá Nine of Wands thể hiện uy lực, sức mạnh trong đối đầu cũng như sự sẵn sàng; lá Nine of Cups thể hiện sự hạnh phúc cũng như thành đạt trong vật chất; lá Nine of Pentacles thể hiện sự thận trọng và sự hoạnh lợi (thu hoạch thắng lợi) về vật chất; lá Nine of Swords thể hiện sự tàn nhẫn, lo âu và tuyệt vọng. Các lá này thể hiện các trạng thái khác nhau sau quá trình biến đổi, ở lá Swords là sự thất bại dẫn đến sự bế tắc và tuyệt vọng, lá Wands thì thể hiện quá trình đấu tranh vẫn đang tiếp diễn nhưng chủ thể dường như đã nắm được phần lợi thế, còn lá Cups và Pentacles ở đây lại thể hiện những sự thắng lợi ban đầu thu được. Các trạng thái này không phải ngẫu nhiên mà là sự tổng hòa các yếu tố bao gồm các trạng thái của toàn bộ quá trình đã diễn ra từ đầu cho đến đây: hai hệ Cups và Pentacles tiếp tục tương ứng với quá trình thụ pháp khi đối chiếu với các lá Major tương ứng, thể hiện quá trình tiếp thu các kinh nghiệm, tri thức đã đến gần đích đến cuối cùng, hai hệ Swords và Wands thì tiếp tục đi trên trạng thái của con đường hành pháp, mô tả quá trình đấu tranh vẫn đang tiếp tục nhằm giải quyết những khó khăn cuối cùng để kết thúc hành trình. Trong trường hợp các lá bài mang yếu tố tích cực thì sẽ rất tốt đẹp với nhân vật, ngược lại thì dường như nhân vật đang rơi vào những rắc rối rất khó tháo gỡ và cần đến những sự trợ giúp để vượt qua khó khăn.

Trạng Thái Hoàn Thiện: Các lá Ten

Các lá Ten đóng vai trò thể hiện các trạng thái của sự kết thúc hành trình. Lá Ten of Wands thể hiện sự áp bức, quá tải và quá sức; lá Ten of Cups thể hiện sự mãn nguyện, dư dả và thành công lâu dài; lá Ten of Pentacles thể hiện sự hoạnh lợi, giàu có và thịnh vượng; lá Ten of Swords thể hiện sự hoang tàn và tàn lụi. Các lá này thể hiện các trạng thái kết thúc khác nhau: lá Cups và Pentacles thì thể hiện sự thành công và hạnh phúc còn lá Wands và Swords thì lại thể hiện những kết thúc trong sự thất bại, chịu áp bức và lụi tàn. Nếu đối chiếu với các lá Major thì ta sẽ thấy hai hệ Cups và Pentacles thể hiện trạng thái của quá trình thụ pháp kết thúc trong sự hạnh phúc khi đã hoàn toàn thành công trong con đường tiếp nhận kiến thức cũng như các kỹ năng của mình, còn quá trình hành pháp được hai hệ còn lại thể hiện trong trạng thái kết thúc khác, đó là sự mệt mỏi cạn kiệt vì đã dùng hết toàn bộ các nguồn lực mà mình có, hoặc mô tả trạng thái bất lực khi không còn có thể làm được gì. Nếu kết hợp với các lá bài tốt thì có thể làm tăng thêm hoặc giảm đi những tính chất của nó nhưng nhìn chung những kết quả này đều mang tính cố định vì là kết quả của toàn bộ quá trình, do vậy trong trường hợp gặp phải những lá bài Ten mang tính tiêu cực thì cần phải hết sức cẩn trọng.

CHƯƠNG 5 : CHỦ ĐIỂM TƯ CHẤT TRONG BỘ ẨN PHỤ - LÁ HOÀNG GIA (MINOR ARCANA - COURT CARDS) HAY PHÂN TÍCH HÀNH TRÌNH TƯ CHẤT THEO CHIỀU DỌC

CẤU TRÚC BỘ ẨN PHỤ - LÁ HOÀNG GIA (MINOR ARCANA - COURT CARDS)

Trong quá trình từ số một (Ace) đến số 10 (Ten) được chia thành những giai đoạn nhỏ thể hiện những đặc trưng trên hành trình đó. Trong hành trình này có thể chia thành những giai đoạn sau:

Giai đoạn khởi thảo ý tưởng và suy xét chuẩn bị thực hiện: Lá Ace và Two.

Giai đoạn bắt đầu quá trình thực hiện và thành công bước đầu, nghỉ ngơi: Lá Three và Four.

Giai đoạn bắt đầu phát hiện những vấn đề khó khăn và đấu tranh để giải quyết vấn đề: Lá Five và Six.

Giai đoạn đấu tranh và xử lý vấn đề ở mức độ cao hơn, khi đã hiểu biết cặn kẽ hơn về vấn đề: Lá Seven và Eight.

Giai đoạn cuối, những kết quả của cuộc hành trình thu được: Lá Nine và Ten.

Các lá Court là các lá nằm ở các vị trí xen giữa các giai đoạn này, tương ứng với các vị trí:

Các lá Page nằm ở vị trí xen giữa nhóm lá Ace - Two và Three – Four.

Các lá Knight nằm ở vị trí xen giữa nhóm lá Three - Four và Five – Six.

Các lá Queen nằm ở vị trí xen giữa nhóm lá Five - Six và Seven – Eight.

Các lá King nằm ở vị trí xen giữa nhóm lá Seven - Eight và Nine – Ten.

Muốn xem xét các lá Court ta phải xem xét ý nghĩa của chúng theo cấu trúc hành trình (theo hàng ngang) và theo cấu trúc chủ điểm (hàng dọc). Xem xét theo hàng dọc là xem xét vị trí của các lá Court trong hành trình đi từ Ace tới Ten, còn xem xét theo hàng ngang là xem xét sự liên hệ giữa từng lá Court với các bộ mà nó liên hệ (Wands, Cups, Pentacles, Swords).

BỐN NHÓM TƯ CHẤT TRONG BỘ ẨN PHỤ HOÀNG GIA (MINOR ARCANA COURT CARDS)

Các lá Page:

Hình ảnh của lá Page tượng trưng cho hình ảnh thằng hầu, vị trí của các lá Page nằm giữa hai giai đoạn đầu tiên của hành trình, giữa nhóm bài Ace – Two và Three – Four. Như vậy các lá Page thể hiện sự chuyển tiếp giữa hai giai đoạn từ khởi phát ý tưởng, phân vân trong quá trình chuẩn bị cho tới bắt tay vào thực hiện công việc và thu được những thắng lợi đầu tiên. Các lá Page thể hiện sự quan sát tiếp thu và bước chuyển tiếp đầu tiên từ kế hoạch tới hành động. Tùy theo trạng thái của từng bộ bài mà thể hiện các trạng thái của sự bắt đầu hành động đó, như lá Page of Wands thì thể hiện sự nhiệt tình quá mức còn lá Page of Pentacles lại thể hiện nhiều về sự tận tụy cẩn thận và thụ động; trong khi đó lá Page of Cups thể hiện sự tiếp nhận, đặc biệt về vấn đề tình cảm, lá Page of Swords thể hiện sự thay đổi hành động cách khôn ngoan và nhanh chóng. Qua đó ta thấy các lá Page đều ít nhiều mang tính chủ động, không còn là sự thụ động chỉ thiên về suy nghĩ tính toán của các lá Two nhưng cũng chưa hẳn là triển khai thực hiện hoàn toàn như ở các lá Three.

Các lá Knight:

Hình ảnh của lá Knight tượng trưng cho các kỵ sĩ, thể hiện rất rõ hàm ý về các hoạt động mạnh mẽ và sự đấu tranh, vị trí của các lá Knight nằm giữa hai giai đoạn thực hiện các kế hoạch để đạt được những thành quả đầu tiên và giai đoạn đấu tranh để giải quyết các vấn đề phát sinh và tiếp tục đạt được những thắng lợi tiếp theo, như vậy các lá Knight nằm giữa nhóm lá Three – Four và Five – Six. Hình ảnh của các lá Knight thể hiện sự đấu tranh một cách mạnh mẽ, quyết liệt để giải quyết các khó khăn, cuộc đấu tranh này được thể hiện là một cuộc đối đầu không hề khoan nhượng. Các trạng thái đấu tranh chủ yếu được thể hiện là sự tìm kiếm một cách mạnh mẽ trong lá Knight of Wands;

sự tìm kiếm những giá trị về mặt tinh thần trong lá Knight of Cups; sự khéo léo tinh tế và nhắm tới mục đích ở lá Knight of Swords; sự cần mẫn và kiên nhẫn trong lá Knight of Pentacles. Sự chuyển tiếp giai đoạn ở lá Knight diễn ra mạnh mẽ và dồn dập hơn so với những sự chuyển biến ở lá Page, vì hành trình ở đây đã đi sâu hơn và nhân vật ở đây cũng đã ở một vị thế khác, một kỵ sĩ đương nhiên sẽ phải đối mặt với nhiều khó khăn và nguy hiểm hơn một thằng hầu. Chính điều đó dẫn đến kết quả ở đây sẽ không được hoàn hảo như ở giai đoạn trước mà sẽ có thắng có bại, kết quả tùy thuộc vào các tiền đề cũng như các trạng thái đấu tranh.

Các lá Queen:

Hình ảnh của lá Queen tượng trưng cho nữ hoàng, hàm ý thể hiện sự thu hút cũng như các dạng quyền lực ngầm, vị trí của các lá Queen nằm giữa hai giai đoạn là các nhóm bài Three – Four và Five – Six. hai giai đoạn này thể hiện cho hai quá trình đấu tranh ban đầu là mãnh liệt và trực diện với những khó khăn, sau đó là sự tỉnh táo cũng như sự đấu tranh không chỉ có cứng rắn mạnh mẽ mà còn cả sự mềm dẻo linh hoạt, phạm vi đấu tranh ở giai đoạn sau rộng hơn giai đoạn trước và mức độ ảnh hưởng cũng mạnh mẽ hơn. Các giai đoạn chuyển biến này có thể dưới trạng thái bền bỉ ổn định như lá Queen of Wands; có thể mang màu sắc mơ mộng cũng như vui tươi như lá Queen of Cups; có thể mang nét sắc sảo nhanh nhẹn của lá Queen of Swords; có thể mang nét nghiêm túc cũng như quảng đại của lá Queen of Pentacles. Sự chuyển tiếp ở đây tuy bên ngoài không có vẻ mạnh mẽ quyết liệt như ở các lá Knight nhưng lại mang trong mình khá nhiều những yếu tố có thể gây đột biến do tính chất giai đoạn đã thay đổi, ở các lá Knight thể hiện nhiều về hành trình tìm hướng giải quyết còn các lá Queen thể hiện sự suy xét để giải quyết vấn đề. Ở các lá Queen cũng hàm chứa ý nghĩa rằng nhân vật đã trải qua hành trình đấu tranh, giải quyết khó khăn ban đầu và đã có được năng lực cũng như kinh nghiệm, vì thế chuyển sang giải quyết các khó khăn trong giai đoạn sau với một tư thế tĩnh tại hơn nhiều, khả năng thắng lợi vì thế mà cũng nhiều hơn.

Các lá King:

Hình ảnh của lá King tượng trưng cho hoàng đế, hàm ý thể hiện sự vững chắc, quyền lực cũng như sự ổn định, vị trí của các lá King nằm giữa hai giai đoạn là các nhóm bài Seven – Eight và Nine – Ten. Hai giai đoạn này thể hiện cho hai quá trình đấu tranh để giải quyết vấn đề ở phạm vi cao và dẫn đến những thành quả chung cuộc, sự kết thúc của hành trình. Trạng thái của quá trình này có thể là sự mạnh mẽ và bất chấp ở lá King of Wands; sự tinh tế và kín đáo ở lá King of Cups; sự cẩn trọng nghiêm khắc và đa nghi ở lá King of Swords; sự nghiêm túc thành thật ở lá King of Pentacles. Sự chuyển biến thể hiện ở lá King mang nhiều nét ý nghĩa của sự kết thúc ở giai đoạn sau hơn là quá trình còn đấu tranh để giải quyết hoàn toàn những vấn đề ở giai đoạn trước vì hình ảnh của các lá King đều cho thấy một sự ổn định và phong thái của hoàng đế dường như chứng tỏ rằng các vấn đề đều đã nằm trong sự kiểm soát và chuyện giải quyết xong có lẽ chỉ còn là vấn đề thời gian. Lúc này nếu có những yếu tố tiêu cực, khó khăn xuất hiện thì có lẽ là do chính nhân vật gây ra cho mình vì lúc này những yếu tố ngoại cảnh rất khó có thể ảnh hưởng đến kết quả chung của hành trình.

CHƯƠNG 6 : HÀNH TRÌNH TƯ CHẤT TRONG BỘ ẤN PHỤ HOÀNG GIA (MINOR ARCANA COURT CARDS) HAY PHÂN TÍCH HÀNH TRÌNH TƯ CHẤT THEO CHIỀU NGANG

HÀNH TRÌNH TƯ CHẤT TRONG HỆ WANDS (HỆ GẬY) THUỘC NGUYÊN TỐ LỬA

Lá Page of Wands:

Lá Page of Wands là lá nằm giữa hai giai đoạn đầu tiên của hành trình, thể hiện sự khởi đầu với một nhân vật có vị trí thấp nhất trong các lá Court. Hai giai đoạn này là giai đoạn phác thảo những ý tưởng ban đầu, sự tích lũy các nguồn năng lực và là quá trình phân vân, suy xét nhằm quyết định những hướng đi đúng đắn trước khi bắt tay vào thực hiện; giai đoạn sau chính là quá trình thực hiện những suy tính trước đó, hiện thực hóa chúng và thu được những thắng lợi đầu tiên, sau đó là quá trình tĩnh tại nghỉ ngơi trước khi bước vào giai đoạn tiếp theo của hành trình. Lá Page of Wands nằm giữa hai giai đoạn này, thể hiện bước đi đầu tiên trong việc hành động nhưng vẫn là động tác vừa hành động vừa quan sát học hỏi, tức là chưa tách rời được hoàn toàn quá trình suy tính. Lời đoán của Waite hướng về sự nóng nảy hoặc quá nhiệt tình, chứng tỏ ở đây dường như nhân vật đã quá vội và để tâm trí chi phối sự suy xét khi quyết định hành động. Lời đoán của Crowley hướng về người sáng trí, liều lĩnh và vị kỷ, thể hiện mức độ suy xét cao hơn so với Waite nhưng vẫn thiên về mặt tình cảm và tính cá nhân khi hành động. Lời đoán của Case hướng về người hời hợt và không ổn định, thể hiện sự do dự và vẫn chưa quyết đoán dù đã bắt đầu hành động. Tóm lại lá Page of Wands thể hiện một hành động đã được khởi đầu nhưng vẫn mang một sự thiếu chắc chắn, phần nhiều là do sự nóng vội, liều lĩnh cũng như sự do dự; điều này có thể được lý giải là do sự non nớt và thiếu kinh nghiệm của thằng hầu, đây dường như là cuộc phiêu lưu đầu tiên trên hành trình và do vậy ở đây thiếu đi bản lĩnh cũng như sự quyết đoán trong hành động.

Lá Knight of Wands:

Lá Knight of Wands là lá nằm giữa giai đoạn hành động và thắng lợi đầu tiên, sau đó là hành trình tìm kiếm giải pháp để đấu tranh giải quyết những khó khăn vừa được phát hiện ra trong giai đoạn sau. Giai đoạn trước đã thể hiện quá trình thực thi hành động và thu được những kết quả khả quan, qua đó mang lại những lợi ích về cả vật chất và tinh thần cho nhân vật (được thể hiện qua các lá Four), nhân vật qua đó cũng biến đổi từ hình tượng thằng hầu thành kỵ sĩ. Giai đoạn tiếp theo là lúc những khó khăn bắt đầu được phát hiện và nhân vật phải bắt đầu hành động nhằm tìm kiếm các giải pháp, lúc này sự đấu tranh đã trở nên quyết liệt hơn và kết quả đã không còn hoàn toàn khả quan như giai đoạn trước mà có cả tích cực và tiêu cực. Lời đoán của Waite hướng về cuộc hành trình và sự bất đồng, thể hiện quá trình tìm kiếm giải pháp nhưng trong đó ẩn chứa những sự bất đồng, là hình thức cao hơn của sự do dự ở thằng hầu. Lời đoán của Crowley hướng về sự dữ dội, làm liều và tính cách mạng, thể hiện sự quyết tâm hơn trong hành trình tìm kiếm so với lời đoán của Waite, nhưng vẫn hàm chứa sự bất ổn bởi sự bất chấp hậu quả của nhân vật. Lời đoán của Case hướng về sự thân thiện, sự khởi hành cũng như sự thay đổi nơi cư ngụ, thể hiện cuộc hành trình theo chiều hướng tích cực nhằm tìm đến sự thay đổi mới mẻ có lợi cho công việc. Như vậy hành trình tìm kiếm của chàng kỵ sĩ ở đây mang ý nghĩa tích cực chủ động, do anh ta đã trải qua sự rèn luyện từ thằng hầu và đã có được những công cụ cần thiết, tuy nhiên anh ta vẫn chưa thể khắc phục một số khuyết điểm như sự bất đồng, dù đã có sự trưởng thành từ thằng hầu là anh ta không còn do dự không biết làm gì mà biết rõ mình cần làm gì, chỉ là anh ta phân vân không biết đi theo con đường nào mà thôi.

Lá Queen of Wands:

Lá Queen of Wands thể hiện một quá trình trưởng thành và biến chuyển vị trí từ kỵ sĩ tới nữ hoàng. Lá bài nằm giữa

hai giai đoạn là hai quá trình đấu tranh, trong đó quá trình đấu tranh thứ nhất mang tính khá động khi thể hiện chàng kỵ sĩ phải đi tìm những phương pháp giải quyết khó khăn, còn giai đoạn thứ hai là giai đoạn sự đấu tranh phát triển cao hơn nhưng không còn mang tính đơn thuần trực diện mà phức tạp đa dạng hơn, đòi hỏi bản lĩnh và kinh nghiệm nhiều hơn. Lời đoán của Waite hướng về sự thu hút, sự thích tiền và thành đạt, thể hiện khả năng của nhân vật với môi trường xung quanh nhằm đem lại những lợi ích cho mình. Lời đoán của Crowley hướng về năng lực bền bỉ, quyền hành ngầm và dễ bị gạt, thể hiện một hướng giải quyết vấn đề theo hướng dùng những biện pháp mềm dẻo và những sự tác động một cách gián tiếp nhằm đạt được những mục đích của mình, tuy nhiên dường như phương pháp này dễ làm cho nhân vật bị lừa dối. Lời đoán của Case hướng về sự thu hút, thân thiện cũng như sự thành công trong kinh doanh, thể hiện nhân vật có những khả năng giúp ích nhiều cho những công việc mà nhân vật đang thực thi. Tóm lại lá này thể hiện một sự đấu tranh có kinh nghiệm hơn so với lá Knight, ở đây nhân vật nữ hoàng vẫn là người chủ động thực hiện nhưng không còn mạnh mẽ quyết liệt như kỵ sĩ, thay vào đó là khả năng sử dụng những phương pháp mềm dẻo gián tiếp để đạt được mục đích của mình. Tuy vậy do dùng những phương pháp không mấy rõ ràng nên nhân vật cũng có thể bị nguy hại bởi những yếu tố bất ngờ mà khó đề phòng trước được.

Lá King of Wands:

Lá King of Wands thể hiện bước biến chuyển cuối cùng: từ nữ hoàng thành hoàng đế. Lá bài này nằm giữa hai giai đoạn cuối cùng của hành trình: giai đoạn đầu là tiếp nối các quá trình đấu tranh đã lên đến mức độ cao nhất ở lá nữ hoàng, giai đoạn sau là thể hiện kết quả của cuộc hành trình thông qua hình tượng hoàng đế biểu tượng địa vị cao nhất trong các lá bài Court. Lời đoán của Waite hướng về người đại diện, người trung tín, tình nhân và sự quyết đoán, hàm ý chỉ vai trò quan trọng của nhân vật, ở đây nhân vật là người quyết định kết quả thành hay bại của cả quá trình. Lời đoán của Crowley hướng về sự sáng trí, vị kỷ, mạnh dạn, cố chấp khi giận dữ cũng như tham vọng, nông cạn và giả tạo, lời đoán này cũng thể hiện vai trò quan trọng của nhân vật như Waite nhưng nó khai thác một khía cạnh khác, đó là sự chuyên quyền độc đoán quá mức của nhân vật khi được đặt ở vị trí trung tâm. Lời đoán của Case thì hướng về kẻ đưa tin, sự sáng trí và can trường, lời đoán này thể hiện khả năng của nhân vật, đến thời điểm này nhân vật đã hội tụ đầy đủ các yếu tố về tinh thần cũng như sự can đảm để gánh vác những trách nhiệm to lớn. Lá bài này thể hiện quá trình đi từ việc giải quyết những vấn đề cuối cùng để đạt tới kết quả cuối cùng, thông thường thì lá bài thể hiện ý nghĩa tích cực vì lúc này nhân vật đã trải qua đầy đủ các trạng thái đi lên từ thằng hầu tới hoàng đế, đã có đầy đủ kinh nghiệm, bản lĩnh và hoàn toàn trưởng thành. Ở đây chỉ tồn tại một vấn đề đó là nhân vật phải kiểm soát khả năng của mình cho tốt và sử dụng phù hợp để đạt được mục đích của mình, tránh sự lạm dụng quyền lực.

HÀNH TRÌNH TƯ CHẤT TRONG HỆ CUPS (HỆ CỐC) THUỘC NGUYÊN TỐ NƯỚC

Lá Page of Cups:

Lá Page of Cups là trạng thái thằng hầu của bộ Cups, là trạng thái đầu tiên của nhân vật trong các lá Court của bộ Cups. Lá bài này là sự chuyển tiếp giữa hai giai đoạn đầu tiên của bộ Cups là giai đoạn khởi đầu của các trạng thái cảm xúc và chuyện tình cảm, còn giai đoạn thứ hai là các

bước phát triển đầu tiên của hành trình trong chuyện tình cảm. Lời đoán của Waite hướng về sự sẵn lòng tiếp nhận nhất là sự dâng hiến yêu thương, điều này thể hiện lúc này nhân vật đã bắt đầu nhận thức rõ về vấn đề tình cảm và đã sẵn sàng bắt đầu bước vào con đường tình cảm. Lời đoán của Crowley hướng về người lãng mạn và dễ ưng thuận, thực ra nó có thể đúng với tất cả mọi người vì một khi đã có tình cảm thì ai cũng đều trở nên lãng mạn hơn và dễ dàng hơn với những chuyện mà trước đây họ có phần cảm thấy không để tâm đến. Lời đoán của Case thì hướng về người sống trong thế giới ảo tưởng, thể hiện một khía cạnh khác của chuyện tình cảm, đó là sự ảo tưởng về tình cảm, một trạng thái thường xuất hiện trong chuyện tình đơn phương. Trạng thái lửng lơ này chính là trạng thái khi một người bắt đầu nhận ra mình đang chìm vào trong chuyện tình cảm và đang phân vân xem mình có nên tiếp tục đi sâu vào hay không, và trong khi còn đang suy xét thì gần như theo bản năng tự nhân vật cũng đang từng bước phiêu lưu vào con đường này rồi. Điểm cần phải lưu ý trong lá này là sự ngây thơ của nhân vật rất dễ đưa đến sự lệ thuộc hoàn toàn trong chuyện tình cảm, một sự tin tưởng quá độ như thế sẽ dẫn đến những hậu quả nặng nề một khi chuyện tình cảm gặp vấn đề.

Lá Knight of Cups:

Lá Knight of Cups là trạng thái thứ hai của các lá Court bộ Cups, ở lá này thằng hầu đã trưởng thành hơn và trở thành kỵ sĩ. Lá bài này là sự chuyển tiếp giữa hai giai đoạn: giai đoạn đầu là các bước phát triển đầu tiên trong chuyện tình cảm và những kết quả đầu tiên gặt hái được, giai đoạn sau là giai đoạn mà niềm tin bắt đầu bị thử thách khi phát hiện ra những khó khăn và phải tìm ra những con đường để giải quyết những khó khăn đó. Lời đoán của Waite hướng về sự phong phú của trí tưởng tượng, sự tiếp cận, đến trước, thể hiện sự đi quá xa về mặt tưởng tượng, như vậy có thể các vấn đề ở đây là do nhân vật tự huyễn hoặc mình và phóng đại mọi thứ và dẫn đến những khó khăn. Lời đoán của Crowley hướng về sự thanh tú, linh hoạt, nhạy cảm với những tác động từ bên ngoài nhưng không bị ảnh hưởng nặng, ngoài ra còn đề cập đến chuyện lạm dụng chất kích thích và gây nghiện, điều này thể hiện sự thụ động của nhân vật trong chuyện tình cảm sẽ dễ dẫn đến những ảnh

hưởng tiêu cực từ bên ngoài cũng như dễ tiếp xúc với những sự vật nguy hiểm. Lời đoán của Case hướng về người đẹp mã, mơ mộng, biếng nhác, sự tới, đến, tiếp cận, thể hiện những đặc tính của nhân vật là có bề ngoài thu hút nhưng bên trong lại không có nội tâm vững vàng do vậy dễ thu hút những điều xấu làm ảnh hưởng đến niềm tin và chuyện tình cảm, cũng khá giống với ý nghĩa lời đoán của Crowley. Như vậy có thể thấy lá bài này mang tính thụ động khá rõ và dường như nhân vật ở đây không có chủ kiến mà rất dễ chịu ảnh hưởng từ các xu hướng bên ngoài tác động vào tình cảm, niềm tin gây ra những khó khăn cho chuyện tình cảm.

Lá Queen of Cups:

Lá Queen of Cups thể hiện trạng thái phát triển tiếp theo của nhân vật, bây giờ hình ảnh nhân vật đã chuyển từ kỵ sĩ sang nữ hoàng. Lá bài này thể hiện sự nối tiếp giữa hai giai đoạn là sự khủng hoảng niềm tin lần đầu và con đường giải quyết nó, rồi lại tới tiếp giai đoạn thứ hai khi nhân vật lại phải đối mặt với những vấn đề phức tạp hơn trong chuyện tình cảm, ví dụ như lá Seven of Cups thể hiện nhân vật đang chìm quá sâu vào tình cảm và tự huyễn hoặc chính mình với những ảo tưởng xa vời, vì thế nên mức độ đấu tranh ở lá bài này cũng cao hơn lá Knight. Lời đoán của

Waite hướng về khả năng thấu thị, sự ham mê tri thức, sự xinh đẹp cũng như mơ mộng, niềm vui, hoan lạc; qua đó thể hiện mức độ cảm xúc khá mạnh của lá bài này như hình ảnh nữ hoàng chăm chú vào chiếc cốc, sự chú tâm và tập trung hết mình vào vấn đề tình cảm là điều mà Waite muốn nhấn mạnh. Lời đoán của Crowley hướng về sự mơ mộng, kiên nhẫn, một người trung gian lý tưởng có thể chuyển giao mọi sự mà bản thân không bị ảnh hưởng gì; lời đoán này cũng thể hiện mức độ cảm xúc cao như Waite nhưng còn nói thêm về sự kiên định của nhân vật không bị ảnh hưởng từ bên ngoài, đây là một sự tiến bộ hơn so với lá Knight. Lời đoán của Case hướng về thiếu nữ xinh đẹp, trí tưởng tượng phong phú cũng như khả năng thấu thị; lời đoán này thì đi sâu vào khả năng của nhân vật, đó là sự tích lũy khả năng và kinh nghiệm qua quá trình đi lên từ hai lá bài trước. Lá bài này cho thấy những nguy cơ do sự chìm đắm quá sâu vào mặt cảm xúc gây ra, tuy nhiên nó cũng chỉ ra rằng đến lúc này nhân vật đã trải qua đủ các cung bậc cảm xúc trong tình cảm và đã có đủ khả năng cần thiết để nhìn thấu được sự việc. Vì thế nếu tỉnh táo và sử dụng đúng các biện pháp cũng như có được sự trợ giúp cần thiết thì nhân vật hoàn toàn có thể vượt qua được những khó khăn của mình.

Lá King of Cups:

Đây là lá cuối cùng trong các lá bài Court của bộ Cups, thể hiện vị trí cao nhất: hoàng đế. Lá bài này thể hiện quá trình chuyển tiếp của hai giai đoạn cuối cùng trong hành trình: giai đoạn đầu tiên là giai đoạn tháo gỡ tất cả các khúc mắc còn lại trong chuyện tình cảm còn giai đoạn thứ hai là hướng đến mục tiêu cao nhất trong chuyện tình cảm để đạt tới trạng thái viên mãn hạnh phúc. Lời đoán của Waite hướng về sự tinh tế, kín đáo và khéo léo thể hiện những khả năng của nhân vật đã tích lũy được cho tới giai đoạn này, những khả năng này đã thể hiện sự phát triển và trưởng thành hoàn toàn trong chuyện tình cảm, có thể giải quyết mọi rắc rối phát sinh. Lời đoán của Crowley hướng về con người có bộ dạng bên ngoài bình thản nhưng bên trong mạnh mẽ và nhiều đam mê, như vậy trải qua các giai đoạn thì nhân vật đã được rèn luyện để trở nên mạnh mẽ trong tình cảm, không còn bộc lộ một cách ngây thơ như các trạng thái trước, nhưng điều đó không có nghĩa là cảm xúc bị suy giảm mà trái lại nó lại càng mãnh liệt hơn, chỉ khác là nó được ẩn đi một cách kỹ càng hơn để bảo vệ nhân vật khỏi những hiểm họa không đáng có. Lời đoán của Case hướng về người có uy lực và thích phô trương quyền hành, thể hiện mặt cảm xúc mang tính sở hữu cao của nhân vật có tình cảm mãnh liệt, với mức độ cảm xúc đạt đến mức độ cao nhất thì khi ấy nhân vật sẽ có xu hướng phô trương ra ngoài, điều này nhằm để thể hiện sự đảm bảo vai trò của nhân vật trong tình cảm, nhưng mặt trái của nó lại dễ dẫn đến sự ganh ghét đố kị từ bên ngoài cũng như sự bất mãn từ bên trong những người bị sở hữu quá chặt. Như vậy lá bài này thể hiện rằng tình cảm của nhân vật lúc này đã phát triển lên mức độ cao nhất, bên ngoài có thể không vồ vập như trước nhưng lúc này nhân vật đã già dặn chín chắn đủ để thể hiện sự đam mê của mình một cách khéo léo, điều này thực tế dẫn đến những sự gắn kết chặt chẽ hơn về tình cảm. Tuy vậy vẫn cần chú ý không nên để sự sở hữu và độc đoán gây ra sự bất mãn và ảnh hưởng xấu đến chuyện tình cảm của nhân vật.

HÀNH TRÌNH TƯ CHẤT TRONG HỆ SWORDS (HỆ KIẾM) THUỘC NGUYÊN TỐ KHÍ

Lá Page of Swords:

Lá bài này là lá bài đầu tiên của các lá Court trong hệ Swords, thể hiện hình ảnh thằng hầu đang bắt đầu chuyến phiêu lưu của mình. Lá bài nằm giữa giai đoạn khởi đầu của việc thiết lập các mối quan hệ giao tiếp, xem xét chọn lựa để vun đắp cho những mối quan hệ cần lưu tâm và giai đoạn thứ hai là giai đoạn cố gắng đấu tranh để cân bằng các mối quan hệ và sự hòa hoãn để chấm dứt các sự xung đột đó. Lời đoán của Waite hướng về sự thay đổi qui trình hành động một cách sâu sắc thể hiện sự suy tính kĩ lưỡng trước khi đưa ra sự chọn lựa giữa các mối quan hệ của nhân vật, mô tả tính chủ động của nhân vật. Lời đoán của Crowley hướng về người nghiêm túc, nhanh trí, khôn ngoan thể hiện những phẩm chất tốt của nhân vật đã lĩnh ngộ được trong quá trình nhận thức về các mối quan hệ và chuẩn bị đem ra ứng dụng vào thực tế. Lời đoán của Case hướng về người bỡn cợt, mưu mô, phản kháng hoặc nhiều lo toan thực tế là mô tả mặt trái của nhân vật vì bản chất của các mối quan hệ là hai mặt, một khi chú trọng về mối quan hệ này tất sẽ phải thả lỏng mối quan hệ kia và dần dần sẽ nảy sinh những mối quan hệ chỉ mang tính chất liên kết vì lợi ích, đây chính là nguyên nhân sâu xa nảy sinh những rắc rối. Nhìn chung lá bài này thể hiện sự tích cực chủ động trong việc tính toán xây dựng các mối quan hệ giao tiếp nhưng chính vì sự tính toán đó đã tạo nên những mối quan hệ không an toàn và sẽ gây nên những ảnh hưởng tiêu cực cho chính nhân vật về sau này. Vì thế mà lời khuyên ở đây là nhân vật cần phải thận trọng trong các mối quan hệ của mình, chú trọng hơn về chất lượng cũng như mức độ tình cảm cần có trong các mối quan hệ.

Lá Knight of Swords:

Lá bài này thể hiện một bước phát triển từ hình ảnh thằng hầu lên thành hình ảnh kỵ sĩ, thể hiện cho quá trình đấu tranh nhằm tìm cách xây dựng các mối quan hệ phát triển vượt lên trên những khó khăn thách thức. Lá bài này nằm xen giữa hai giai đoạn: giai đoạn đầu tiên là giai đoạn nhân vật bắt đầu chịu áp lực từ các mối quan hệ đem lại và bắt đầu tìm cách cân bằng, tạo nên sự hòa hoãn tạm thời để ngăn cản các sự đối nghịch, chuyển sang giai đoạn sau thì sự xung đột đã trở nên không thể ngăn cản và lúc này bắt buộc nhân vật phải đấu tranh mạnh mẽ để chọn lựa ra những mối quan hệ còn tồn tại phù hợp với mình và tất nhiên sẽ có những tổn thất và những mối quan hệ bị tổn hại. Lời đoán của Waite hướng về tài năng, can đảm, phòng vệ, gây chiến, tàn phá dường như thể hiện những khả năng của lá bài, rõ ràng nếu so với lá Page thì những khả năng này đã trở nên mạnh mẽ hơn rất nhiều và những sự tích cực và tiêu cực nó mang lại cũng lớn hơn rất nhiều. Lời đoán của Crowley hướng về sự hay phát động công kích, năng nổ, khôn khéo tài giỏi nhưng lại thiếu quyết đoán, lời đoán này nhằm mô tả sự thiên lệch quá mức về một bên của nhân vật, sự mất cân bằng này chính là lý do nhân vật không thể giải quyết được ổn thỏa các mâu thuẫn. Lời đoán của Case hướng về sự hăng hái, năng động và khôn ngoan, sự hận thù, gây hấn nhằm mô tả cả hai mặt trong tính cách của nhân vật trong lá bài: một mặt thì năng động phát huy sự tích cực còn mặt kia thì lại kích động những sự thù hận tiềm tàng. Sự chủ động quá mức của lá bài là điều đáng được chú ý vì chính sự tích cực này đã đẩy hai mặt của các mối quan hệ ngày càng xa dần nhau cho đến khi trở thành hai cực đối lập. Lời khuyên ở đây vẫn tiếp tục là cần phát triển các mối quan hệ một cách thật bình ổn và cần dựa nhiều hơn vào sự chân thành chứ không phải bằng những tính toán.

Lá Queen of Swords:

Đây là lá bài thể hiện sự phát triển tiếp theo trong hành trình, ở đây hình ảnh đã thay đổi từ kỵ sĩ sang nữ hoàng. Lá bài này nằm ở vị trí xen giữa hai giai đoạn: giai đoạn đầu là các sự đấu tranh nhằm giải quyết những xung đột do các mối quan hệ tạo ra làm ảnh hưởng tới nhân vật, giai đoạn sau cũng là đấu tranh nhưng là giữa những mối quan hệ có ý nghĩa to lớn hơn và có sức ảnh hưởng lớn hơn, lúc này nhân vật cũng đã có vị trí mới to lớn hơn nên cũng không thể giải quyết một cách trực tiếp như trước mà phải sử dụng nhiều biện pháp để giải quyết vấn đề. Lời đoán của Waite hướng về sự quen với muộn phiền, tình trạng góa bụa, sự than thở và nỗi buồn của nữ giới, nhằm thể hiện tình trạng khó khăn do các mối quan hệ mâu thuẫn đem lại cho nhân vật, có vẻ như tới đây thì nhân vật đã mắc kẹt trong các mối quan hệ này. Lời đoán của Crowley hướng về sự vị kỷ cao độ, sự nhanh và chính xác trong việc nắm bắt các ý tưởng đang được trình bày và sự tự tin khi hành động, tuy nhiên các khả năng này lại thường được dùng vào các mục đích tầm thường, lời đoán này thể hiện vấn đề ở đây là nhân vật có tài năng nhưng lại sử dụng không đúng chỗ dẫn đến việc không giải quyết được mà có thể còn làm trầm trọng thêm những

mâu thuẫn. Lời đoán của Case cũng hướng về sự than thở và tình trạng góa bụa nhưng còn có sự tinh tế, năng nổ của người phụ nữ cầu tiến, thể hiện những nét tích cực và sự chủ động cố gắng của nhân vật trong việc thoát ra khỏi những rắc rối nhưng có vẻ như những chuyện này không nằm trong tầm giải quyết của nhân vật. Thật vậy các mối quan hệ vốn dĩ là chuyện của cả hai bên tham gia vì vậy đôi khi chỉ dựa vào một bên thì cũng không thể giải quyết được. Nhưng dù sao thì những nét tích cực của lá bài cũng có thể xem như nhân vật đã trưởng thành thêm nhiều và nếu có thêm sự giúp đỡ thì việc giải quyết các khó khăn là rất khả quan.

Lá King of Swords:

Đây là lá bài cuối cùng trong các lá bài Court của nhóm Swords, thể hiện hình ảnh hoàng đế có quyền lực cao nhất. Lá bài này nằm giữa hai giai đoạn cuối cùng của hành trình: giai đoạn đầu là giai đoạn cố gắng đấu tranh để giải quyết những sự mâu thuẫn ở phạm vi toàn thể, còn giai đoạn sau là giai đoạn kết thúc của các mối quan hệ. Lời đoán của Waite hướng về người ngồi ghế xét xử, quyền uy và thế lực, có vẻ như lúc này nhân vật đã nắm được đủ quyền lực và có được sự chi phối trong các mối quan hệ mình tham gia để có thể dẫn dắt chúng đi theo một chiều

hướng đúng đắn. Lời đoán của Crowley hướng về người tri thức, nhiều lý tưởng cao đẹp nhưng xa rời thực tế và chóng thay đổi sở thích, điều này thực ra thể hiện mặt trái của việc nắm quyền chi phối các mối quan hệ theo lời đoán của Waite, sự chi phối dễ mang đến sự độc đoán cũng như những ảo tưởng đi xa với thực tế, điều này dễ dẫn đến những mối nguy hại cho các mối quan hệ về lâu dài vì nó đặt nền móng cho sự bất mãn. Lời đoán của Case hướng về người đa nghi, nhiều ý tưởng lạ và sáng tạo, quan sát kỹ lưỡng và thận trọng cao độ, điều này thể hiện những khả năng mà nhân vật có được sau hành trình của mình, những kinh nghiệm có được giúp nhân vật đủ già dặn để hành động cách khôn ngoan nhất có thể nhằm điều hòa các mối quan hệ của mình, nhưng sự tính toán quá kỹ dẫn đến sự đa nghi, kết hợp với các yếu tố tiêu cực của sự chi phối ở trên dễ dẫn đến nguy hại cho các mối quan hệ. Nhìn chung thì lá này vẫn mang ý nghĩa tích cực vì nó là sự phát triển đỉnh cao hành trình các lá Court, khi mà nhân vật đã phát triển đầy đủ và có đủ khả năng điều khiển các mối quan hệ của mình. Tuy vậy sự thắng lợi ở đây còn chứa khá nhiều những mối nguy cơ tiềm ẩn chứ không ổn định như các lá hệ khác nên vẫn cần sự đề phòng và chú ý hơn trong việc để các mối quan hệ được phát triển tự nhiên hơn là ràng buộc.

HÀNH TRÌNH TƯ CHẤT TRONG HỆ PENTACLES (HỆ TIỀN) THUỘC NGUYÊN TỐ ĐẤT

Lá Page of Pentacles:

Lá Page of Pentacles là lá bài đầu tiên trong các lá Court của bộ Pentacles, thể hiện trạng thái đầu tiên trong hành trình của các lá Court liên quan đến vấn đề sở hữu và vật chất. Lá bài này thể hiện sự chuyển tiếp giữa hai giai đoạn đầu tiên: giai đoạn khởi đầu của việc sở hữu và các vấn đề liên quan đến vật chất cũng như sự suy xét để bắt đầu công việc như thế nào, giai đoạn sau là giai đoạn bắt đầu xây dựng những nền móng đầu tiên của công việc và thu được những sự thành công và nền tảng ổn định đầu tiên. Lời đoán của Waite hướng về ứng dụng, sự nghiên cứu, quản trị và thống lĩnh; thể hiện sự thiên về vấn đề tìm tòi học hỏi trước khi bắt tay vào thực hiện công việc được giao. Lời đoán của Crowley hướng về các đặc tính của phụ nữ nhưng sẽ nổi bật hoặc chìm mất theo những tác động của thực tại, trừ những căn tính là không bị thay đổi, lời đoán này thể hiện sự tiếp nối trạng thái từ lời đoán của Waite là quá trình học hỏi tiếp thu sẽ đưa đến sự thể hiện nổi bật một số khả năng của nhân vật ra ngoài để phù hợp với những dự tính sắp sửa được thực hiện. Lời đoán của Case hướng về sự siêng năng, cẩn thận và chín chắn trong hành động, thể hiện những hành động ban đầu của nhân vật được tiến hành một cách khá cẩn trọng và kĩ lưỡng, một sự khác biệt nếu so sánh với sự khởi đầu của các lá Page khác. Như vậy nhìn chung lá bài này mang yếu tố thụ động nhiều hơn chủ động vì nó vẫn thiên về sự học hỏi, tiếp thu và nếu có hành động thì đó cũng là những hành động cẩn thận, được tính toán kỹ lưỡng. Sự khởi đầu này có thể chậm hơn về tốc độ so với các sự khởi đầu khác nhưng nếu xét về lâu dài thì nó mang tính ổn định hơn nhiều.

Lá Knight of Pentacles:

Lá bài này thể hiện sự chuyển đổi thứ hai trong các lá Court của bộ Pentacles, ở đây hình ảnh nhân vật đã chuyển từ hình ảnh thằng hầu sang hình ảnh kỵ sĩ. Giai đoạn đầu ở đây là giai đoạn tiến hành xong các công đoạn đầu tiên của công việc và thu được thắng lợi đầu tiên, có được những sự ổn định đầu tiên về quyền lực và vật chất, giai đoạn thứ hai là giai đoạn mà nhân vật phải đối diện với những khó khăn được xảy đến một cách bất ngờ và thường mang lại những tổn thất không mong muốn. Lời đoán của Waite hướng về sự chậm chạp, nặng nề nhưng có trách nhiệm và tính hữu dụng cao, thể hiện một sự tiếp nối từ lá thằng hầu, quá trình tiến bộ của lá Knight do vậy cũng mang đặc tính là chậm nhưng vẫn giữ được sự ổn định, mặc dù có những tổn thất nhưng rồi sự chắc chắn cũng dần đem lại sự ổn định. Lời đoán của Crowley hướng về sự nặng nề về thân xác và luôn bận tâm về vật chất và sự thành công nhờ bản năng và sự hài hòa với thiên nhiên, lý giải của lời đoán này cũng gần tương tự như Waite nhưng nói rõ thêm về bản năng, tức là các khả năng đã được trau dồi và rèn luyện sẽ là công cụ để giải quyết vấn đề. Lời đoán của Case hướng về sự siêng năng nhẫn nại nhưng cục mịch, thể hiện rõ hơn sự thiên về tính vật chất của lá bài. Như vậy có thể nhận xét được những khó khăn gặp phải phần nhiều do tính chất thụ động của lá bài dẫn đến những khó khăn do không theo kịp tiến độ, tuy nhiên những khó khăn loại này hoàn toàn có thể giải quyết theo thời gian. Sự khác biệt so với các lá Knight khác nằm ở chỗ lá Knight này mang một trạng thái rất tĩnh

chứ không động, có phần thiên về giai đoạn trước hơn là giai đoạn sau.

Lá Queen of Pentacles:

Lá bài này thể hiện sự chuyển đổi tiếp theo trong hành trình của các lá Court thuộc bộ Pentacles, ở đây hình ảnh được thể hiện là nữ hoàng. Lá bài này nằm ở vị trí giữa cuộc hành trình, xen giữa hai giai đoạn cao trào: giai đoạn trước là sự tìm kiếm giải pháp đấu tranh với những khó khăn ban đầu và khôi phục lại sự ổn định về quyền lực và vật chất, giai đoạn sau là giai đoạn mở rộng của các vấn đề khi nhân vật phải đưa ra những quyết định quan trọng hơn có ảnh hưởng trên một phạm vi rộng hơn về vật chất. Lời đoán của Waite hướng về sự quảng đại, nghiêm túc, khoáng đạt và sung túc thể hiện sự chín chắn trong quá trình tiến hành những công việc sẽ giúp nhân vật có được sự thành công và ổn định vững chắc. Lời đoán của Crowley hướng về cao vọng, trái tim nhân hậu, quảng đại cũng như sự thâm trầm siêng năng, sự nhạy cảm và dễ vướng vào kích thích, thiếu sự độc lập; ở đây vẫn nói về các tính chất cần cù siêng năng như quá trình tích lũy từ trước nhưng mô tả thêm một khía cạnh là sự thâm trầm quá mức rất dễ dẫn đến sự dồn nén tình cảm đưa đến việc tìm đến những sự giải tỏa một cách nguy hiểm cho nhân vật. Lời đoán của Case thì hướng về mô tả người phụ nữ có chồng nhưng vẫn đầy bản lĩnh, thông minh, rộng lượng và quyến rũ; thật vậy với các đức tính cần cù siêng năng thì rất hợp với người đàn bà trong gia đình và những tính chất đó luôn mang lại cảm giác vững vàng cho người khác dẫn đến sự thu hút của nhân vật. Sự trưởng thành của các lá Court hệ Pentacles tuy chậm nhưng rất chắc chắn đến đây thì sự thành đạt và ổn định của nó dường như đã vượt lên trên các hệ khác. Sự ổn định về nền tảng vật chất luôn là điểm tựa căn bản để giải quyết các vấn đề khác nên các lá hệ Pentacles dường như là một sự trợ lực rất hữu ích cho các hệ khác.

Lá King of Pentacles:

Lá bài này là lá bài cuối cùng trong các lá Court của hệ Pentacles, thể hiện hình ảnh nhân vật hoàng đế. Cho đến đây thì nhân vật đã trải qua đầy đủ trình tự các bước và đã hội tụ đầy đủ những khả năng cũng như kiến thức cần thiết để có được sự trưởng thành và già dặn để kiểm soát và hoàn thành các công việc liên quan đến vấn đề vật chất. Lời đoán của Waite hướng về sự can trường, tháo vát, giỏi tính toán, thành đạt là những phẩm chất được hội tụ đầy đủ của người có khả năng giải quyết ổn thỏa các vấn đề liên quan

đến vật chất cũng như sở hữu, rõ ràng đến đây dường như không có gì có thể ngăn cản được sự thành công của nhân vật nữa vì mọi thứ đều đã nằm trong sự tính toán. Lời đoán của Crowley hướng về năng lực, sự nghiêm túc, thành thật và ít cảm xúc nhưng có thể trở nên hung tợn nếu bị khiêu khích, điều này nói lên bí quyết thành công của nhân vật, đó chính là tác phong làm việc cẩn thận, tập trung và nếu kết hợp với các khả năng như lời đoán của Waite thì trở thành công thức của sự thắng lợi, tuy nhiên nhân vật cần phải giữ bình tĩnh tránh những sự tấn công khiêu khích của kẻ thù. Lời đoán của Case thì hướng về người đàn ông đã lập gia đình rất thân tình và đáng tin cậy, dường như là để tạo thành một cặp với lá Queen đi trước vì những tính cách được mô tả trong lá bài rất phù hợp với tính cách của một người chồng – trụ cột thực sự trong gia đình. Như vậy quá trình phát triển của các lá Court trong hệ Pentacles là một sự đi lên đều đặn dù tốc độ đi lên không nhanh và sẽ phải trải qua những mất mát nhưng kết quả mà nó đạt được là rất tích cực và vững chắc. Nội lực của các lá bài này tăng dần đến lá King là trưởng thành và đầy đủ nhất và ngay cả những ảnh hưởng mạnh mẽ từ bên ngoài cũng không dễ gì làm giảm đi tính tích cực của lá bài này.

CHƯƠNG 7 : LUẬN GIẢI HÌNH ẢNH VÀ MINH HỌA Ý NGHĨA CỦA CÁC LÁ BÀI TRONG HÀNH TRÌNH CHÀNG KHỜ

BỘ ẤN CHÍNH (MAJOR ARCANA)

The Fool:

Lá bài này là lá bài đầu tiên trong các lá Major, là sự khởi đầu của hành trình chàng khờ. Hình ảnh mô tả chàng khờ đang bắt đầu hành trình của mình, một tay cầm bông hoa còn tay kia mang theo tay nải, đi theo chàng khờ còn có một chú chó nhỏ. Màu nền ở đây là màu vàng hợp với hình ảnh mặt trời đang tỏa chiếu trên đầu soi sáng cho đường đi của chàng khờ. Hình ảnh xung quanh cho thấy rặng núi ở phía xa khá cao và hiểm trở, bản thân chàng khờ cũng đang ở trên đỉnh một mỏm núi và ở sát ngay bờ vực. Hướng đi của chàng khờ là hướng đi từ phải sang trái cũng là một điểm nhấn đáng chú ý ở lá bài. Các lời luận giải của lá bài này phần nhiều hướng vào tư tưởng, tinh thần ở một trạng thái phấn khích cao, thường thể hiện tâm trạng của nhân vật khi vừa bước chân vào một cuộc phiêu lưu. Đi sâu vào thì nó thể hiện những hành động mang tính kì dị, khác thường và thậm chí có phần hơi điên, cái sự khác thường ở đây là chàng khờ đã quyết định đi trên một hành trình mới với ý tưởng và sự sáng tạo. Sự khởi đầu hành trình luôn mang yếu tố tích cực về mặt tinh thần khi nhân vật chuẩn bị tiếp thu được những kiến thức mới và nhận biết những khả năng của mình. Tuy vậy hình ảnh lá bài vẫn hàm chứa những yếu tố gây bất ngờ và khó khăn vì nhân vật vẫn chưa biết mình sẽ phải đối đầu với những trở ngại gì, cũng như chưa biết mình có những khả năng gì. Lá bài này thể hiện sự khởi đầu và có sự kết nối với lá Major tiếp theo, thể hiện

chàng khờ bắt đầu bước vào quá trình học hỏi của mình (thụ pháp).

The Magician:

Hình ảnh của lá bài này mô tả chàng khờ bắt đầu trạng thái đầu tiên của quá trình thụ pháp là trải qua sự tiếp thu về vấn đề kỹ năng, tương ứng với số một biểu tượng cho sự khởi đầu, với các trạng thái khởi đầu khác nhau tùy theo sự phối hợp với các lá Minor. Màu nền của lá bài là màu vàng có sự trùng khớp với lá The Fool thể hiện sự tiếp nối của hai lá bài. Bên trên và dưới của lá bài có hình ảnh vườn hoa trang trí thể hiện sự hài hòa và là khung cảnh thích hợp cho nghi thức đang diễn ra. Phần trung tâm của lá bài thể hiện nghi thức tiếp nhận tri thức của nhân vật: trên bàn có đủ 4 yếu tố gậy, kiếm, tiền, cốc, trên đầu nhân vật có biểu tượng vô cực còn hai tay cũng hướng theo hai hướng khác nhau, thể hiện sự cân bằng. So với hình ảnh của lá The Fool thì rõ ràng ở lá này hình dáng bên ngoài của nhân vật đã thay đổi và trở nên chững chạc hơn với phong thái của một người đã chính thức "nhập đạo", mang tư thế chủ động học hỏi nắm bắt những kỹ năng cần thiết. Các lời đoán cho lá bài này

tập trung vào kỹ năng, ý chí, sự khôn khéo giỏi thích ứng, sức sáng tạo và khả năng tạo dựng. Sau khi quyết định khởi đầu hành trình ở lá Major trước với sự quyết đoán gần như là liều lĩnh thì ở lá bài này nhân vật dường như đã biết bắt đầu học hỏi về thế giới xung quanh. Quá trình này được bắt đầu bằng việc nhận biết những tài năng của chính bản thân mình mà trước đây nhân vật chưa biết, cùng với đó là đón nhận những sự trợ giúp bên ngoài. Vấn đề đặt ra ở đây là sự nỗ lực học hỏi cũng như khả năng trong việc tiếp nhận các sự trợ giúp đó một cách tốt nhất có thể để giúp ích cho quá trình học hỏi của nhân vật. Nếu quá trình tiếp thu này tốt thì sẽ tạo ra động lực giúp nhân vật đạt được những bước tiến trong các sự kiện sau.

The High Priestess:

Lá bài này là lá bài thứ 3 trong các lá Major và là lá bài thứ hai trong hành trình thụ pháp của chàng khờ nói về vấn đề tri thức, tương ứng với các trạng thái tiếp nhận một cách tương đối thụ động và những sự suy tư tính toán trong nội tâm. Lá bài thể hiện hình ảnh nữ thượng tế trong trang phục màu xanh đang ngồi ở một nơi có vẻ là ngôi đền trong trạng thái có vẻ như đang suy tư chiêm nghiệm. Màu sắc trang phục của nữ thượng tế màu xanh thể hiện sự dịu nhẹ, sau lưng là một tấm màn trang trí hình hoa trái cũng thể hiện một sự hài hòa. Điểm cần lưu ý trong hình ảnh của lá bài là những biểu tượng xuất hiện rất nhiều trong lá bài: biểu tượng mặt trăng ở dưới vạt áo của nữ thượng tế, chiếc vương miện của nữ thượng tế cũng rất khác biệt, hai chiếc cột đen trắng ở hai bên của nữ thượng tế cũng là hình ảnh đáng chú ý, dải băng có chữ Tora trên tay nữ thượng tế. Hình ảnh của lá bài hướng người xem về một cái nhìn tương đối huyền bí, thiên về học thuật với nhiều biểu tượng cổ xưa. Các lời đoán của lá bài này hướng về sự thay đổi, tăng và giảm, điều bí ẩn, tương lai chưa ló dạng, sự tĩnh lặng, tính hai mặt. Lá này có sự tương tác rất chặt chẽ với các lá Minor vì nó thể hiện một bước mới trong hành trình. Có nhiều khả năng có thể xảy ra ở đây, có thể là quá trình thay đổi phương hướng trong vấn đề tiếp thu học hỏi, chọn cái này bỏ cái kia, hoặc sự tiến triển cũng như sự thất bại. Tính biến động của lá bài này là rất lớn, khác với lá Major trước đó hầu hết đều thể hiện trạng thái thụ động hoàn toàn. Qua đó có thể thấy sự chọn lựa của nhân vật trong lá bài này sẽ có ảnh hưởng lớn tới các quá trình xảy ra tiếp theo.

The Empress:

Đây là lá bài thể hiện sự bảo hộ trong hành trình thụ pháp của chàng khờ, lá bài này nằm ở vị trí thứ 3 trong hành trình thụ pháp, ứng với nó là các trạng thái của sự tiến hành công việc trên một nền tảng vững chắc, có lẽ là do những tính toán từ các lá bài ứng với số hai ngay trước đó đã mang lại hiệu quả. Hình ảnh chạng vạng kết thúc một buổi chiều bình lặng trên một khu rừng. Nữ hoàng ngồi tựa trên những chiếc gối êm ả (thể hiện rất rõ sự che chắn và bảo hộ), trong đó đáng chú ý có thấy xuất hiện biểu tượng sao Kim tượng trưng cho tính nữ ở dưới. Hình ảnh lúa mì ở dưới thể hiện cho vụ mùa bội thu cũng mang ý nghĩa của sự ổn định vững chắc. Trang phục sang trọng của nữ hoàng cũng thể hiện trạng thái quyền lực ngầm của nhân vật trong lá bài này.

The Emperor:

Lá bài này thể hiện sự ổn định về địa vị, quyền lực trong hành trình thụ pháp ứng với số 4, các trạng thái của lá bài này hầu hết đều thể hiện sự yên ổn, bình thản nên có thể xem số 4 biểu thị một điểm tạm nghỉ trong hành trình chàng khờ, giai đoạn đầu của hành trình đã kết thúc và giai

đoạn mới sắp diễn ra. Hình ảnh mô tả hoàng đế đang ngồi trên ngai vàng thể hiện quyền lực của mình. Vương miện, quyền trượng, áo choàng, ngai vàng đều được thể hiện rõ ràng trong lá bài chứng tỏ ông vua có vị trí vững chắc và sự ổn định được khẳng định. Biểu tượng đáng chú ý trong lá bài này là biểu tượng đầu cừu, tượng trưng cho cung Bạch Dương, biểu tượng này xuất hiện trên ngai vàng của hoàng đế thể hiện tính cách mạnh mẽ và thẳng thắn là điểm nhấn trong tinh thần của hoàng đế. Màu nền của lá bài này là màu đỏ pha vàng cũng là màu thể hiện sự quý phái và mạnh mẽ, tô đậm thêm tính quyền lực cho hoàng đế.

The Hierophant:

Lá bài này mô tả hình tượng đạo sĩ, thể hiện khía cạnh tâm linh trong hành trình thụ pháp ứng với số 5, các lá bài mô tả trạng thái của sự kiện này cũng hầu hết mô tả một sự thay đổi tương đối đột ngột so với chuỗi các lá bài đi trước vì các lá số 4 đã đánh dấu kết thúc giai đoạn cũ và nhân vật đã dấn thân vào giai đoạn mới của cuộc hành trình. Màu nền được mô tả ở đây là màu trắng thể hiện sự tinh khiết cũng như mang màu sắc trang nghiêm thần thánh. Hình ảnh nhân vật được mô tả là một đạo sĩ hay tư tế có chức vị cao và được mọi người ngưỡng vọng (có hai người đang cúi đầu trước nhân vật). Địa vị của vị thượng tế là rất ổn: ngồi vững trên ghế, có quyền trượng, mũ miện, thể hiện một sự vững chắc được tiếp nối từ lá The Emperor. Biểu tượng cung hoàng đạo Kim Ngưu được thể hiện một cách khá ẩn so với lá trước (ở chỗ dựa ngang vai của thượng tế), thể hiện tính chất trầm tĩnh, sâu lắng phù hợp với trạng thái khi mới bắt đầu học hỏi, nhận biết về nội tâm của mỗi người.

The Lovers:

Lá bài này thể hiện phạm trù tình cảm trong hành trình thụ pháp, ứng với sự kiện thứ 6 được miêu tả qua các lá Major, các trạng thái của sự kiện này cũng được miêu tả với hai chiều hướng tích cực và tiêu cực đúng như hai trạng thái của tình cảm. Hình ảnh lá bài mô tả cặp đôi như Adam và Eve trong kinh thánh, qua đó ta thấy lá bài này nhấn mạnh nhiều về các biểu tượng liên quan đến kinh thánh hơn các lá bài trước. Hình ảnh tổng lãnh thiên thần cũng như mặt trời và những đám mây thể hiện sự bảo hộ của bề trên cho tình yêu của cặp nam nữ. Ngoài ra thì hình ảnh cây táo và

con rắn cũng xuất hiện trong lá bài, dường như báo trước những trắc trở và tai họa sắp xảy ra như câu chuyện trong kinh thánh. Phong cảnh trong lá bài được mô tả khá hài hòa với thiên nhiên: có núi, mây, đồng bằng, cây cối, mặt trời; qua đó thể hiện được sự hài hòa trong tình yêu của người với người tạo ra ảnh hưởng tích cực đến môi trường xung quanh.

The Chariot:

Lá bài này thể hiện một lĩnh vực khác trong hành trình thụ pháp là lĩnh vực quản lý, điều hành ứng với sự kiện thứ 7 trong các lá Major, các trạng thái của sự kiện này cũng được mô tả là một thứ rất khó khăn, đôi khi có phần xa vời và không thực mà nhân vật phải tìm ra cách để khống chế và kiểm soát. Hình ảnh lá bài thể hiện một người (nhiều khả năng là tướng lĩnh) đang điều khiển một cỗ chiến xa. Điều đặc biệt là chiếc chiến xa này được kéo bởi hai nhân sư chứ không phải ngựa như các loại chiến xa thông thường. Quang

cảnh lâu đài sau lưng thể hiện sự vững chãi và tĩnh tại, cũng giống như trạng thái của hai nhân sư là tĩnh trong lá bài, chứng tỏ người tướng lĩnh có đủ khả năng để điều khiển hai con nhân sư, tuy nhiên màu sắc của hai con nhân sư lại đối lập nhau cho thấy sự mâu thuẫn và đối lập vẫn tiềm ẩn chờ cơ hội bộc phát ở đây. Vị tướng mang một bộ giáp màu xanh có hai mặt trăng ở hai cánh tay, trên bộ giáp và tấm vải ở đằng sau vị tướng trang trí nhiều hình ảnh các chòm sao.

Strength:

Lá bài này thể hiện về chủ đề sức mạnh thông qua hình tượng nhân vật đang thuần phục con sư tử, ứng với sự kiện số 8 trong chuỗi các sự kiện mà các lá Major thể hiện, các trạng thái của lá bài này cũng thể hiện những quyết định và hành động mạnh mẽ mang tính bước ngoặt của cuộc hành trình. Màu nền của lá bài này tiếp tục là màu vàng biểu thị cho sức mạnh, tương phản so với màu xanh của nền đồng bằng ở dưới. Hình ảnh người phụ nữ với dáng người tuy có vẻ bình thường nhưng lại đang thuần dưỡng sư tử, con sư tử thì có thái độ khá tuân phục người phụ nữ khác với bản chất

của nó. Người phụ nữ đeo hoa lá quanh mình và có biểu tượng vô cực trên đầu thể hiện sự kết hợp hài hòa giữa các yếu tố bên trong và bên ngoài cũng như sự kết hợp giữa sức mạnh và trí tuệ. Hình ảnh trên lá bài tuy khá đơn giản và biểu thị trạng thái tĩnh nhưng ý nghĩa ẩn chứa bên trong nó lại khá biến động và mạnh mẽ.

The Hermit:

Hình ảnh trên lá bài này được miêu tả tương đối khác so với những lá bài trước, sự kiện được lá bài đề cập ở đây có liên quan đến vấn đề trí tuệ, ứng với sự kiện thứ 9 trong hành trình của các lá Major, các trạng thái của lá bài hầu hết thể hiện một sự tĩnh lặng nhưng là một sự tĩnh lặng trong sự tính toán để thu được những kết quả có lợi nhất cho mình chứ không phải một sự tĩnh lặng thụ động. Màu nền của các lá bài trước là màu vàng thể hiện khung cảnh tương đối sáng sủa rõ ràng, còn lá bài này lại lấy màu nền là gam màu tối. Khung cảnh xung quanh của lá bài này cũng tương đối đơn giản khi không có hình ảnh và biểu tượng gì như các lá bài trước. Trung tâm của lá bài là hình ảnh vị ẩn sĩ với một bộ áo choàng kín kẽ, trên tay của vị ẩn sĩ lá một cây gậy, tay kia thì cầm một ngọn đèn lồng. Ánh sáng của ngọn đèn cùng với tư thế của vị ẩn sĩ gợi lên nhiều ý tưởng trong việc giải đoán lá bài này.

Wheel of Fortune:

Lá bài này thể hiện rất nhiều các biểu tượng so với lá bài trước, có thể vì bản thân của sự kiện ở đây là sự kiện thứ 10 – sự kiện cuối cùng mà các lá Major thể hiện, trong lá bài này thể hiện sự thay đổi số phận khi kết thúc hành trình thụ pháp, các trạng thái Minor tương ứng hầu hết cũng thể hiện các kiểu kết thúc khác nhau để hướng tới một chu trình mới. Màu nền là màu xanh với những đám mây trắng thể hiện khung cảnh như đang ở trên trời. Ở ngoài rìa là 4 hình tượng màu vàng (4 thiên thần Kerub điều khiển cỗ xe của tiên tri Ezekiel) có sự tương xứng với nhau ở hình tượng cuốn sách thể hiện cho vấn đề tri thức. Ở trung tâm của lá bài là hình tượng bánh xe số phận được thể hiện bằng màu đỏ với nhiều biểu tượng thiên văn tượng trưng cho các vấn đề liên quan đến số phận. Hình tượng nhân sư, con rắn cũng như hình tượng người có đầu chó xung quanh bánh xe số phận cũng là những biểu tượng cần được chú ý trong khi xem xét lá bài này.

Justice:

Lá bài này thể hiện hình ảnh một người đang ngồi vững trên ghế thể hiện quyền lực cũng như sự ổn định, sự kiện ở đây cũng là vấn đề về khả năng như lá The Magician do cũng nằm ở thứ tự số một nhưng nó mang nghĩa chủ động vì đây là hành trình hành pháp, do vậy các trạng thái ứng với nó cũng thể hiện những hành động nhằm kiểm soát và thể hiện những kỹ năng của mình. Hình ảnh bộ áo choàng cũng như mũ miện trên đầu thể hiện địa vị, quyền lực cũng như khả năng của nhân vật cùng với những trách nhiệm to lớn mà nhân vật cần phải thực hiện. Hình ảnh hai cây cột cũng như tấm màn màu tím căng ở sau lưng nhân vật cũng thể hiện sự cân bằng cũng như sức mạnh và sự huyền bí. Sự cân bằng là điều được nhấn mạnh nhất ở lá bài qua hình tượng thanh gươm và cái cân được thể hiện: thanh gươm được cầm hướng lên còn cái cân được cầm hướng xuống thể hiện sự đối xứng trên – dưới, ngoài ra bản thân thanh gươm và cái cân cũng đã biểu thị cho sự cân bằng của sức mạnh và quyền lực. Những hình ảnh trên lá bài này hầu hết đều hướng tới sự cân bằng và tính chủ động trong việc thực hiện những mục tiêu được đề ra.

The Hanged Man:

Lá bài này thể hiện một hình tượng khá khác biệt so với các lá bài trước, trong khi tất cả các lá bài khác đều thể hiện theo phong cách xuôi, tức là nhìn từ trên xuống thì lá bài này lại thể hiện ngược, sự kiện được thể hiện ở đây là tri thức nhưng không phải qua cách thức thụ động trong hành trình thụ pháp mà là sự chủ động tìm tòi trong hành trình hành pháp, các trạng thái tương ứng với lá bài cũng thể hiện sự khó khăn trong việc tìm ra con đường đúng cho mình. Hình tượng trung tâm của lá bài thể hiện hình ảnh người bị treo ngược, hiển nhiên hàm chứa những vấn đề nan giải. Ta thấy áo của nhân vật màu xanh còn quần thì màu đỏ, qua đó cũng hàm chứa những sự mâu thuẫn đối lập. Tuy nhiên điểm đáng chú ý nhất là ở đây dường như nhân vật chủ động treo mình lên như để có được điều kiện thuận lợi nhất để suy nghĩ, điều này được thể hiện qua quầng sáng quanh đầu nhân vật như để thể hiện nhân vật đã hiểu ra được chuyện gì đó. Lá bài này thể hiện một bước ngoặt trên hành trình của nhân vật và thường dẫn tới những thay đổi to lớn ở giai đoạn sau.

Death:

Đây là lá bài thể hiện hình ảnh một kỵ sĩ đang trên đường ra đi để thực hiện nhiệm vụ của mình, sự kiện được thể hiện ở đây là sự bảo hộ, nhưng không phải trong tư thế thụ động như lá The Empress cũng ứng với số 3 mà lá này thể hiện sự chủ động hoàn toàn trong sự thay đổi, các trạng thái thay đổi và hành động của các lá Minor do vậy cũng được thể hiện rõ ràng hơn khi đi kèm với lá bài này. Điểm đặc biệt ở đây là kỵ sĩ này là một bộ xương, hình ảnh bộ xương cưỡi ngựa, một vật tượng trưng cho cái chết điều khiển một vật sống là điểm nhấn quan trọng nhất trong lá bài. Hình ảnh lá cờ đen cũng như đầu lâu xương chéo trên dây cương và hình người nằm chết dưới dất cũng thể hiện rõ sự chết chóc là thứ chiếm ưu thế trong lá bài này. Tuy vậy phía xa chân trời mặt trời đang bắt đầu mọc lên, và những người đang đứng trước kỵ sĩ như là chào đón thể hiện một phần nào đó của một khởi đầu mới. Nhìn chung đây là một lá bài không có quá nhiều biểu tượng ẩn nhưng không vì thế mà việc giải đoán lá này trở nên dễ hơn vì bản thân vấn đề thay đổi, lột xác luôn là vấn đề phức tạp.

Temperance:

Lá bài này thể hiện ý nghĩa về sự điều hòa cân bằng, là giai đoạn tiếp theo sau lá Death, ứng với sự kiện thứ 4 thể hiện trạng thái ngừng nghỉ sau quá trình ở sự kiện thứ 3, điểm khác biệt cơ bản vẫn là sự chủ động cân bằng của hành trình hành pháp, các trạng thái đi theo cũng kết hợp làm rõ đặc điểm này, điển hình là lá Four of Swords.. Ở lá này màu nền chủ đạo là màu xanh thể hiện sự tươi sáng trở lại sau quá trình lột xác ở lá Death. Hình ảnh thiên thần cầm hai cốc nước chia đều qua lại cho thấy sự cân bằng chính là yếu tố chính được đề cập trong lá bài này. Ngoài ra còn có các hình ảnh đáng chú ý như hình con đường đi từ mặt nước đến dãy núi xa xa nơi có vương miện tỏa sáng hay hình những bông hoa gần mặt nước hoặc hình tượng quầng sáng nơi đầu của thiên thần. Trạng thái của lá bài này là trạng thái tĩnh, một sự tĩnh lặng do sự chủ động dàn xếp các yếu tố chứ không phải sự tĩnh lặng này tự nhiên mà có.

The Devil:

Lá bài này mô tả hình ảnh có thể nói là trái ngược với lá bài trước. Lá bài trước mô tả hình thiên thần thì lá bài này mô tả hình ảnh quỷ thần, thể hiện vấn đề kiểm soát trong nội tại của mỗi con người, là trạng thái chủ động hành pháp về phạm trù tâm linh ứng với sự kiện thứ 5 trong các lá Major, các trạng thái Minor tương ứng cũng thể hiện những mặt của nỗ lực này, có được có mất, quan trọng là hành trình lúc này đã đi đến giai đoạn phải đối diện với nhiều vấn đề phức tạp hơn giai đoạn trước nhiều. Màu nền của lá bài này là màu đen, ánh sáng duy nhất là từ ngọn lửa trong tay quỷ thần, hình tượng quỷ thần với một tay đưa lên còn một tay đưa xuống cũng là một biểu tượng đối xứng cần được chú ý ở lá bài này. Sự ràng buộc của hai con người (Adam và Eve) với quỷ thần cũng là điều được thể hiện khá rõ ở đây. Ngoài ra có thể thấy biểu tượng đồng tiền 5 cánh của quỷ cũng như biểu tượng của cung Ma Kết (dê có sừng) được thể hiện trong lá bài.

The Tower:

Hình ảnh trên lá bài mô tả khá rõ ràng một tai nạn đang xảy ra. Tia sét đánh thẳng vào tòa tháp cap chọc trời khiến hai con người bị hất văng xuống dưới. Hình ảnh tòa tháp bốc cháy và sụp đổ biểu thị rất rõ ràng cho sự hư hại và mất mát. Ngoài ra chiếc vương miện bị văng ra khỏi tòa tháp cũng như hình ảnh hai người rơi khỏi tòa tháp theo hai hướng khác nhau cũng là hình tượng được vẽ cẩn thận ẩn chứa những biểu tượng cần giải đoán. Những đốm lửa bay trong bầu trời đêm ở trong lá bài cũng là những hình ảnh cần được lưu ý khi xem xét lá bài này, nhưng nhìn chung các khía cạnh mà lá bài này nói tới đều tương đối tiêu cực, đây chính là cách nhấn mạnh đến mặt thứ hai trong hai mặt của vấn đề tình cảm ở sự kiện thứ 6 trong các lá Major, ở hành trình thụ pháp sự tiếp nhận mang tính tích cực thì ở đây các hành động quá phấn khích sẽ dẫn đến tiêu cực, các trạng thái của các lá Minor tương ứng cũng chỉ ra biểu hiện của việc cảm xúc đi quá giới hạn sẽ dẫn đến sự thiếu kiểm soát và những hậu quả ở giai đoạn tiếp sau.

The Star:

Hình ảnh trên lá bài này cho thấy một sự hài hòa có tính

toán cẩn thận, tiêu biểu cho quá trình hành pháp của sự kiện thứ 7 về vấn đề quản lí, kiểm soát, đây là trạng thái chủ động tìm lại sự cân bằng sau khi để mọi thứ đi quá xa thực tại ở sự kiện thứ 6 trước đó, các lá Minor thể hiện trạng thái cũng chỉ rất rõ cuộc đấu tranh khá dữ dội giữa thực và ảo ở sự kiện này. Lá bài mô tả hình thiếu nữ khỏa thân đổ nước ở cả hai bình ra là biểu tượng của cung Bảo Bình. Hình ảnh hai bình nước được đổ ra một lớn một nhỏ nhưng đều có sự phân bố hợp lý chứng tỏ hàm ý của lá bài này nói nhiều đến sự điều hòa hợp lý. Nền trời với các vì tinh tú được thể hiện rõ cũng là nét đặc trưng của lá bài này, ta thấy có 7 sao trắng và một sao lớn ở giữa màu vàng. Nền đất ở dưới có 10 bông hoa, một cây lớn ở phía sau và trên cây có một con chim cũng là những nét vẽ ẩn chứa nhiều biểu tượng.

The Moon:

Lá bài này thể hiện hình ảnh các con thú đang ngước lên mặt trăng. Mặt trăng ở đây được mô tả có hình người thể hiện một sự mê hoặc và huyền ảo, các vệt sáng trên bầu trời đêm càng làm tăng thêm ấn tượng về sự huyền bí đó. Hình

ảnh con đường khúc khuỷu đi từ mặt nước ra xa dần nơi có núi non mờ ảo và hai tòa tháp lớn ở hai bên cũng thể hiện sự bất định ở con đường phía trước. Hình ảnh 3 con thú đều tập trung lại và ngước lên mặt trăng thể hiện sự hấp dẫn cũng như khát vọng mãnh liệt của mỗi con thú khi ngước lên cao. Lá bài này tuy mô tả cảnh thiên nhiên khá đẹp nhưng trong đó hàm chứa nhiều góc tối cũng như sự bất định chứ không sáng tỏ rõ ràng, qua đó ẩn ý là sự ngưỡng vọng và hướng tới sức mạnh, là trạng thái hành pháp của sự kiện thứ 8, dường như là kết quả tất yếu của sự kiện thứ 7 vì sức mạnh là yếu tố không thể thiếu để thực hiện việc quản lí, các trạng thái Minor tương ứng cũng chỉ ra những hành động cẩn thận có, mạnh mẽ có đều nhằm mục đích đạt tới sức mạnh thật sự để tiếp tục hành trình.

The Sun:

Lá bài này trái ngược với lá The Moon trước đó ở chỗ thể hiện khung cảnh hết sức sáng tỏ chứ không mờ ảo như lá trước, sự kiện ứng với lá này là sự kiện thứ 9 ứng với vấn đề trí tuệ, thể hiện sự tỏa sáng của trí tuệ khi nhân vật có đủ kinh nghiệm qua các chặng đường hành trình của mình, các

trạng thái Minor tương ứng cũng thể hiện các vấn đề đều đang được giải quyết và chuẩn bị đi đến sự kết thúc tùy theo hướng tích cực hay tiêu cực. Hình ảnh mặt trời rực rỡ thể hiện một ánh sáng khác nhiều so với ánh sáng mà mặt trăng thể hiện ở lá bài trước. Mặt trời ở đây cũng được thể hiện qua hình dạng mặt người nhưng là khuôn mặt đầy đủ nghiêm trang chứ không chỉ có nửa mặt như ở lá mặt trăng. Hình ảnh các tia sáng, hoa hướng dương là yếu tố làm nổi bật thêm sức ảnh hưởng của mặt trời lên mọi vật xung quanh nó. Hình ảnh đáng chú ý cuối cùng là đứa trẻ khỏa thân cưỡi ngựa trắng cầm lá cờ đỏ, hình ảnh này là biểu tượng cần được giải đoán kỹ khi xem xét lá bài này.

Judgement:

Lá bài này dường như thể hiện hình ảnh ngày tận thế của Thiên Chúa giáo. Ta thấy hình ảnh những linh hồn bật nắp quan tài dậy chào đón sự phán xét cuối cùng, đây là sự kiện kết thúc của hành trình hành pháp khi nhân vật đón nhận kết quả của toàn bộ hành trình của mình, các lá Minor tương ứng với số 10 cũng thể hiện các hoàn cảnh kết thúc khác nhau tùy theo hướng đi của hành trình thiên về trạng

thái nào nhiều hơn. Hình ảnh đáng chú ý nhất ở đây là hình ảnh những người chờ mong sự phán xét và thiên thần thổi kèn báo hiệu. Thiên thần thổi kèn báo hiệu ở đây ngự trên mây, thổi một chiếc kèn màu vàng có gắn một lá cờ trắng trên đó có biểu tượng thánh giá đỏ. Ở bên dưới thì màu xanh là chủ đạo: các quan tài đều trôi trên mặt nước màu xanh, các con người cũng được thể hiện bằng màu xanh và ngọn núi phía xa cũng màu xanh.

The World:

Đây là lá cuối cùng trong các lá Major, hình ảnh của nó thể hiện sự kết thúc hành trình của chàng khờ, là sự kết thúc tương ứng với sự khởi đầu ở lá The Fool, và như vậy hai lá này là một cặp với nhau, sự kết thúc ở đây thể hiện sự bình yên và hài hòa giữa các yếu tố đối lập với trạng thái đầy năng lượng nhưng tiềm tàng những sự bất ổn ở giai đoạn khởi đầu của lá The Fool. Lá bài có màu nền là xanh và các đám mây trắng thể hiện màu sắc của trời, như là sự bao quát tổng thể. Ở 4 góc có hình đầu của 4 sinh vật tượng trưng cho 4 thành phần cấu tạo nên vũ trụ. Ở giữa lá bài là một vòng hoa lớn có hình tượng một số 0 lớn, tương ứng với lá bài The Fool có số là 0, như vậy chứng tỏ đây là cặp bài khởi đầu – kết thúc của hành trình. Hình người khỏa thân ở giữa vòng tròn cũng là hình tượng cần giải đoán và hàm chứa ý nghĩa tiềm ẩn nhất của lá bài.

BỘ ẨN PHỤ (MINOR ARCANA)

HỆ WANDS (HỆ GẬY)

Ace of Wands:

Đây là lá bài đầu tiên thuộc hệ Wands, trải theo thứ tự hành trình từ một tới 10 thì lá này tương ứng với vị trí số một nên ta thấy trong hình chỉ có duy nhất một gậy, thể hiện cho trạng thái của sự khởi đầu trong hành trình thụ pháp và hành pháp. Hình ảnh thể hiện một cánh tay từ trong đám mây thò ra và cầm cây gậy. Cây gậy này to và chiếm vị trí trung tâm của lá bài, trên đó có nhiều chồi non đang nảy nở. Hình ảnh bàn tay phát sáng cho thấy hình tượng thần bí quyền năng và thể hiện hình ảnh ban phước lành. Nền của lá bài là màu xanh – trắng khá bình ổn, dưới đất là hình đồng bằng có một con sông chảy qua và xa xa có một lâu đài nằm trên núi.

Twos of Wands:

Đây là lá bài thứ hai trong các lá Minor hệ gậy, thể hiện trạng thái phân tích suy tính tương ứng với sự kiện về tri thức khi kết hợp với các lá Major trong các hành trình thụ pháp và hành pháp. Hình ảnh thể hiện một vị vua đang đứng trên thành của mình, một tay ông cầm cây gậy, tay còn lại đang nhìn vào quả cầu phản chiếu hình ảnh đất đai mình sở hữu. Sau lưng ông vua có một cây gậy còn lại được cắm vững, trên thành còn có biểu tượng hai loại hoa có màu đỏ và trắng đan xen với nhau. Ở bên ngoài thành có đầy đủ hình ảnh của núi, sông, đồng bằng, rừng cây thể hiện ngầm quyền lực của ông vua qua vùng lãnh thổ rộng lớn mà ông ta cai quản. Hình ảnh cầm gậy và quả cầu cũng thể hiện rõ ông vua đang có những toan tính suy nghĩ về hành động tiếp theo của mình.

Three of Wands:

Lá bài 3 gậy tiếp tục thể hiện sự liên kết theo thứ tự với các lá trước đó, thể hiện trạng thái xúc tiến công việc tiến lên dưới sự bảo hộ vững chắc trong sự kiện thứ 3 của hành trình thụ pháp và hành pháp nói về những sự che chở và chủ động thay đổi để đạt được mục đích. Nhân vật trong lá bài vẫn là vị vua như ở lá hai gậy, chỉ có điều bây giờ không thể nhìn rõ mặt vì vị vua đang quay lưng lại. Hình ảnh 3 cây gậy được xếp rất cân xứng: hai cây cắm ở sau lưng và nằm về hai phía của vua, cây gậy còn lại được vua cầm trong tay, như vậy gậy ở đây vẫn là biểu tượng ám chỉ về quyền lực. Lá bài thể hiện mặt đất nơi vị vua đứng có đường nét như là bản đồ, dường như là sự liên kết với hình ảnh quả cầu phản chiếu bản đồ ở lá bài trước. Ngoài ra điểm đáng chú ý là hành động của vị vua: đứng nhìn các con thuyền đi trên sông, hành động này thể hiện quyền lực của vị vua trên lãnh thổ mà mình đang kiểm soát, hai con thuyền bên phải và một con thuyền bên trái tương xứng với số gậy bên phải và bên trái của vua cũng là điều cần được chú ý ở đây.

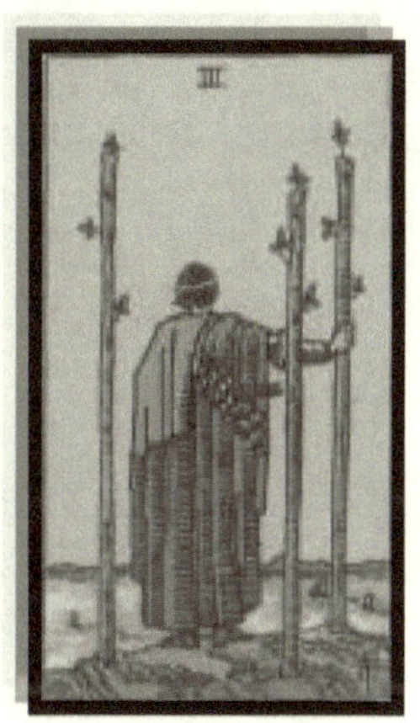

Four of Wands:

Lá bài 4 gậy này thể hiện trạng thái tiếp theo trong hành trình của các lá hệ Wands, ở đây là trạng thái nghỉ sau hành trình từ lá số một tới lá số 3, trạng thái này cũng tương ứng với sự ổn định địa vị và quyền lực ở sự kiện thứ 4 trong quá trình thụ pháp cũng như hành pháp. Hình ảnh ở đây không mô tả vị vua nữa mà là những con người (có thể là những người dưới quyền của vua) đang cầm những bông hoa trên tay như thể đang chào đón sự trở về của vị vua. Hình ảnh 4 cây gậy được xếp đều ở hai phía, ở trên có kết hoa như để làm thành một cổng chào, hàm ý chúc mừng cho thắng lợi và vinh quang của nhà vua khi ông trở về. Tòa lâu đài ở hình này được miêu tả to lớn và rộng rãi hơn nhiều, ở vị trí bao quát hết phía sau như một sự che chở vững chắc cho những người trong hình. Ngoài ra hình ảnh còn cho thấy một số người đang ngồi nghỉ ngơi ở góc trái còn thể hiện sự bình an và thư giãn trong ý nghĩa của lá bài.

Five of Wands:

Lá bài 5 gậy đánh dấu một quá trình mới với hình ảnh có sự tách biệt so với sự liên kết khá chặt chẽ trong các lá bài trước đó, thể hiện một giai đoạn mới đã bắt đầu, trạng thái này tương ứng với sự kiện liên quan đến vấn đề tâm linh trong hành trình thụ pháp và hành pháp, ở đây cụ thể đề cập đến sự mâu thuẫn từ trong nội tâm và cần phải giải quyết nó để đạt được thắng lợi. Hình ảnh mô tả 5 người, mỗi người cầm một cây gậy trong tay. Theo hình ảnh thể hiện thì dường như 5 người đang tìm cách để ghép 5 cây gậy thành hình đồng tiền 5 cánh, tuy nhiên dù có đông người và tất cả đều khá nỗ lực nhưng họ không thể ghép thành công đồng tiền như mong muốn. Thậm chí có thể thấy giữa 5 người không đơn giản chỉ là sự không hiểu ý mà sự bất đồng và mâu thuẫn còn khá cao, gần như là một cuộc xung đột. Điều này có thể được nhìn thấy qua trang phục khác biệt của cả 5 người cũng như trạng thái cầm gậy của mỗi người: 3 cây dọc, hai cây ngang, 3 cây hướng về bên phải, hai cây thiên về bên trái.

Six of Wands:

Lá bài này đánh dấu một sự phát triển, thành công trong hành trình các lá của hệ gậy, trạng thái này tương ứng với nét tích cực nhất trong sự kiện tình cảm ở hành trình thụ pháp và hành pháp vì nó thể hiện sự thắng lợi do được sự ủng hộ về phương diện tinh thần. Hình ảnh thể hiện rất rõ khung cảnh khải hoàn khi nhà vua thắng lợi trở về. Hình ảnh này có phần liên kết với lá trước nhưng ở đây 5 cây gậy đều ngay hàng thẳng lối thể hiện sự thống nhất và tất cả đều ở dưới cây gậy của vị vua. Vị vua được thể hiện với áo bào, vòng nguyệt quế, cưỡi ngựa trắng và mang gậy trở về thể hiện những vinh quang giành được, quyền lực và sự ủng hộ của mọi người xung quanh. Trong các lá bài gậy từ đầu hành trình cho tới đây thì lá bài này thể hiện rõ sự thành công và thắng lợi lên đến đỉnh cao nhất.

Seven of Wands:

Lá bài này nếu so sánh với lá bài trước thì nó thể hiện một bước ngoặt, đánh dấu trạng thái tương đối mở rộng hơn trong hành trình với những vấn đề ở phạm vi lớn hơn, tương ứng với lá này là sự kiện về quản lí và kiểm soát ứng với số 7 trong quá trình thụ pháp và hành pháp. Nếu ở lá bài

trước vị vua có đầy đủ sức mạnh và sự ủng hộ thì ở đây chàng trai chỉ còn lại một mình. Không những thế anh ta còn phải đối mặt với 6 cây gậy muốn chống đối lại mình và ép mình đến đường cùng. Điều tích cực ở đây là lá bài thể hiện hình ảnh chàng trai đứng ở trên cao – một vị trí có lợi để chống lại kẻ thù. Ngoài ra tư thế của chàng trai cũng cho thấy sự dũng cảm và khả năng của anh ta, dường như anh ta không hề lo ngại và đủ sức để đương đầu với thử thách này.

Eight of Wands:

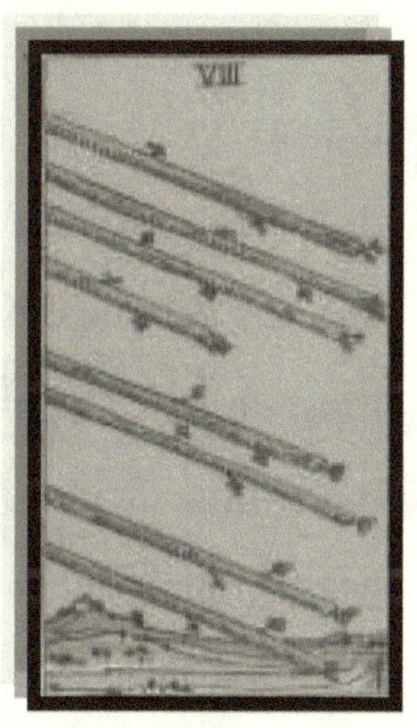

Đây là lá bài duy nhất trong các lá Minor hệ gậy mà không có dấu hiệu xuất hiện trực tiếp của con người, qua đó ám chỉ một bước ngoặt mới trong hành trình, ở đây ứng với chủ đề sức mạnh trong các sự kiện mà các lá Major thể hiện trong hành trình thụ pháp và hành pháp. Hình ảnh chỉ cho thấy 8 chiếc gậy đang bay trong không trung. Những chiếc gậy đang bay ở đây gián tiếp cho thấy người phóng gậy, tức là nhân vật ở đây đang nỗ lực trong hành động của mình và trạng thái hành động ở đây là nhanh, mạnh, quyết liệt. Những chiếc gậy trong hình đang bay lên thể hiện sự đi lên trong công việc hoặc trong việc giải quyết vấn đề. Ở đây không thấy có dấu hiệu của sự ngăn trở nào như ở trong lá bài trước và mọi thứ đều đi đúng hướng như mong muốn.

Nine of Wands:

Lá bài này thể hiện hình ảnh chiến binh đang đứng canh gác. Người chiến binh ở đây có dải băng trên đầu, dường như anh ta đã bị thương trong cuộc chiến. Tuy vậy anh ta vẫn không dám lơi là: tư thế nắm chặt gậy bằng hai tay cũng như trạng thái liếc nhìn ra sau lưng thể hiện sự đề phòng chặt chẽ những biến cố có thể xảy ra. Các cây gậy được xếp thành hàng ngay ngắn sau lưng chiến binh nhưng vẫn có lỗ hổng, vì thế người chiến binh luôn lo lắng và dè chừng sau lưng mình. Trạng thái bên ngoài thì bình ổn nhưng bên trong thì chứa đựng nguy cơ có thể phát sinh bất cứ lúc nào là điều mà hình ảnh lá bài này thể hiện, do vậy mà trạng thái này ứng với vấn đề về trí tuệ mà các lá Major ở vị trí số 9 thể hiện trong quá trình thụ pháp và hành pháp, tượng trưng cho một giai đoạn phải ứng phó với các mối nguy hiểm một cách chậm rãi và khôn ngoan hơn giai đoạn trước.

Ten of Wands:

Lá bài này là lá kết thúc hành trình các lá Minor thuộc bộ gậy, thể hiện trạng thái kết thúc của sự kiện thứ 10 nói về số phận trong hành trình thụ pháp và hành pháp của các lá Major. Hình ảnh của lá bài này không còn thể hiện các thế lực ngăn trở hay nguy cơ tiềm tàng nào nữa vì nhân vật đã hoàn thành nhiệm vụ và đang trên đường về nhà. Tuy vậy điều đó không có nghĩa là khó khăn đã hết vì hình ảnh mô tả nhân vật gặp khó khăn trong việc mang những cây gậy trở về, tất cả 10 cây gậy đều ở trong tay chàng trai nhưng chính vì thế đã gây khó khăn với sức của một mình chàng ta. Ngôi nhà được thể hiện trong hình còn nằm ở khá xa và đường đi thì trống trải cho thấy chàng trai không có sự trợ giúp nào khác và phải tự mình tiếp tục hành trình. Một kết thúc tương đối mở của hành trình khi hình ảnh chỉ thể hiện nhân vật đang trên đường về đích chứ không trực tiếp thể hiện hình ảnh ở đích đến.

HỆ CUPS (HỆ CỐC)

Ace of Cups:

Đây là lá bài đầu tiên trong các lá Minor của hệ Cups, thể

hiện trạng thái của sự khởi đầu về mặt tình cảm ứng với các lá Major ở vị trí số một trong hành trình thụ pháp và hành pháp. Ta có thể thấy sự tương đồng với hệ gậy khi lá đầu tiên này cũng thể hiện cảnh bàn tay đang cầm cốc nước. Lá bài này thể hiện rõ sự nhận lãnh phước lành như một món quà cho sự khởi đầu qua hình ảnh chim bồ câu và biểu tượng thánh thể trong Thiên Chúa giáo. Hình ảnh nước chảy từ cốc ra ngoài cũng thể hiện sự lan tỏa mạnh mẽ của những yếu tố mà chiếc cốc chứa đựng. Hình ảnh mặt hồ bên dưới với các bông hoa đang nở chính là những kết quả tích cực mà dòng nước đem lại, nhìn chung hình ảnh của lá bài có sự hài hòa và tạo cảm giác tốt lành.

Two of Cups:

Lá bài này là lá tiếp theo sau lá bài một cốc, thể hiện trạng thái tiếp theo trong hành trình tình cảm, ứng với vấn đề về tri thức, sự tương hợp cũng như mâu thuẫn của con số hai chính là điểm nhấn trong sự kiện này ở cả quá trình thụ pháp và hành pháp. Ở đây thể hiện hình ảnh một đôi tình nhân đang trao cốc của mình cho nhau. Hình ảnh cho thấy tình cảm của đôi tình nhân này rất tốt và sự kết hợp này là

bước phát triển hòa hợp mạnh mẽ của họ. Lá bài còn thể hiện hình ảnh đầu sư tử có cánh và hình tượng hai con rắn cùng quấn quanh cây gậy (dường như là biểu tượng cây gậy của thần Hermes), hai hình ảnh này bay lên từ sự kết hợp giữa nam và nữ. Ngoài ra ở phía xa xa còn có hình ảnh ngọn đồi xanh và một ngôi nhà nhỏ, một hình ảnh thể hiện ẩn ý khá rõ về chủ đề tình yêu của đôi nam nữ này.

Three of Cups:

Lá bài này cũng thể hiện sự kết hợp như lá bài trước nhưng có sự phát triển hơn chứng tỏ tình cảm ở đây đã có sự tăng tiến, điều này cũng rất phù hợp với sự phát triển ở sự kiện thứ 3 của các lá Major tương ứng với vấn đề sự phát triển đặt dưới sự che chở bảo hộ ở hành trình thụ pháp cũng như hành pháp. Ở lá bài trước chỉ có hai người thì ở đây có 3 người và tất cả đều đang nâng cốc chúc mừng nhau. Hình ảnh 3 chiếc cốc được giơ cao cũng như các loại hoa quả trên mặt đất đều thể hiện đây là một buổi tiệc to lớn. Tư thế đứng và cách cầm cốc xen kẽ nhưng khá đối xứng của 3 người phụ nữ cũng là hình ảnh ẩn chứa những biểu tượng cần giải đoán của lá bài. Tuy không có sự liên kết rõ ràng về hình ảnh nhưng có thể thấy điểm chung ở lá này với lá trước là niềm vui, hạnh phúc và sự chia sẻ.

Four of Cups:

Lá này thể hiện hình ảnh người đàn ông ngồi tĩnh tại dưới gốc cây. Khung cảnh xung quanh thể hiện 3 chiếc cốc đang ở trước mặt người đàn ông và một bàn tay từ đám mây đang đưa thêm chiếc cốc thứ 4 cho anh ta. Sự dư dả là điều được thể hiện qua việc người đàn ông có đầy đủ các chiếc cốc và tất nhiên có được những thứ mà các chiếc cốc chứa đựng. Tuy nhiên trạng thái của người đàn ông lại là trạng thái ngồi suy ngẫm, điều tương đối khó hiểu khi đặt trong hoàn cảnh đang có đầy đủ mọi thứ trong tay. Sự thay đổi trong nội tại người đàn ông là sự biểu thị cho những sự biến chuyển ở các lá bài tiếp theo, kết thúc trạng thái tăng tiến của các lá cốc từ một tới 4, trạng thái nghỉ này tương ứng với các lá Minor khác cũng mang số 4 phù hợp với sự kiện thứ 4 của các lá Major nói về sự ổn định và quyền lực, tức là quá trình nghỉ ngơi hưởng thụ tạm thời trong hành trình thụ pháp và hành pháp.

Five of Cups:

Hình ảnh của lá 5 cốc thể hiện trạng thái thay đổi so với lá trước, trạng thái này cũng tương ứng với sự thay đổi ở các hệ khác, phù hợp với sự chuyển đổi tính chất của sự kiện ở các lá Major, lá này thể hiện khá sát với vấn đề tâm linh ở hành trình thụ pháp và hành pháp. Chàng trai ở đây đứng chứ không ngồi như lá trước, trong số 5 chiếc cốc thì có tới 3 chiếc bị đổ nằm ở một phía và hai chiếc còn đứng nằm ở bên còn lại. Tư thế đứng với chiếc áo choàng quấn quanh mình cùng cái đầu cúi xuống thể hiện sự ủ rũ và cô độc của chàng trai. Hình ảnh của lá bài còn thể hiện ngôi nhà nhưng ở xa và cách chàng trai một dòng sông, tuy vậy vẫn có hình ảnh chiếc cầu ở xa xa và chàng trai vẫn có thể tới được ngôi nhà nếu muốn. Các ý nghĩa ẩn chứa trong hình ảnh của lá bài tập trung vào một trạng thái đi xuống nhất thời nhưng vẫn có thể đi lên trở lại.

Six of Cups:

Đây là lá bài thể hiện sự thay đổi trạng thái đi lên trở lại sau sự đi xuống ở lá bài trước, thể hiện trạng thái cảm xúc đi lên rất phù hợp với chủ đề của sự kiện về tình cảm nằm ở vị trí các lá Major thứ 6 trong hành trình thụ pháp và hành pháp. Hình ảnh trong lá bài cho thấy hai đứa trẻ đang trao cho nhau những chiếc cốc đựng đầy hoa trái. Qua đó ta thấy được sự an bình và vui vẻ của tuổi thơ. Hình ảnh ngôi nhà sau lưng hai đứa trẻ cho ta thấy một chỗ dựa vững chắc, một sự an ủi và điểm tựa về mặt tinh thần. Lá bài này thể hiện một sự yên bình qua những hình ảnh đơn giản nhằm thể hiện những giá trị nhỏ và cơ bản nhất là những giá trị tồn tại lâu dài và có ảnh hưởng lớn tới tổng thể.

Seven of Cups:

Lá bài này có thể xem là lá bài ẩn chứa nhiều biểu tượng nhất trong các lá Minor của hệ cốc. Hình ảnh thể hiện một người đang chăm chú nhìn vào những hình ảnh xuất hiện trên 7 chiếc cốc. Các hình ảnh được thể hiện là: Đầu của thiếu nữ, hình nhân phủ, con rắn, lâu đài, bảo ngọc, vòng hoa và hình xương sọ, con rồng cánh. Các chiếc cốc này được thể hiện trong một làn mây phối hợp với hình ảnh đen

sau lưng người đàn ông cho thấy một khung cảnh khá mờ ảo, không thực. Sự lên xuống tương đối thất thường của các lá hệ cốc là đáng chú ý khi trạng thái chỉ vừa mới đi lên ở lá 6 cốc sau khi đi xuống ở lá 5 cốc thì ở lá 7 cốc đã tiếp tục đi xuống, ứng với đó là vấn đề liên quan đến sự kiểm soát và quản lí ở hành trình thụ pháp và hành pháp.

Eigth of Cups:

Lá bài này vẫn tiếp tục lấy nền là khung cảnh đêm như lá bài trước. Hình ảnh thể hiện 8 chiếc cốc được xếp chồng lên nhau một cách ngay ngắn. Tuy nhiên nhân vật là người đàn ông lại đang quay lưng lại các chiếc cốc và bỏ đi, có vẻ như ở đây người đàn ông khá quyết tâm bỏ đi vì đã chuẩn bị áo khoác đi đường và gậy mặc dù đường đi khá khó khăn với hình ảnh núi non gập ghềnh được thể hiện. Hình ảnh mặt trăng được thể hiện với khuôn mặt người buồn bã cũng là hình ảnh đáng chú ý ở lá bài này. Vấn đề quan trọng nhất ở đây là lý do người đàn ông quay lưng bỏ đi sau

khi ông ta đã có được các chiếc cốc được xếp với nhau rất ngay ngắn vững chãi như vậy, điều này có lẽ tương ứng với sự hướng về sức mạnh trong sự kiện thứ 8 của hành trình thụ pháp và hành pháp được các lá Major thể hiện.

Nine of Cups:

Lá bài này thể hiện hình ảnh một người đang ngồi khoanh tay với một nét mặt tươi vui bình thản như là đang gặp một chuyện vui nào đó. Khung cảnh của lá bài này tươi sáng hơn rất nhiều nếu so sánh với lá bài trước: màu nền tươi sáng, các chiếc cốc dường như đang tỏa sáng. Ở lá bài này các chiếc cốc được xếp ngay ngắn theo hình vòng cung ở trên đầu người đàn ông như để thể hiện sự che chở, gần gũi. Nền của tấm vải sau lưng người đàn ông là màu xanh cũng thể hiện sự vui vẻ đặc biệt là về mặt tinh thần. Có lẽ sau những thất bại và thử thách ở các giai đoạn trước của hành trình thì giờ đây người đàn ông đã tìm được sự bình an và vui vẻ cho mình, lá này thể hiện trạng thái rất phù hợp với vấn đề trí tuệ ở sự kiện thứ 9 mà các lá Major thể hiện trong quá trình thụ pháp và hành pháp, nhấn mạnh đặc điểm của sự chậm rãi và khôn ngoan trong xử lí vấn đề.

Ten of Cups:

Đây là lá bài cuối cùng trong các lá Minor của bộ cốc, hiển nhiên thể hiện sự kết thúc của một quá trình. Hình ảnh thể hiện một gia đình hạnh phúc với hình ảnh hai đứa con đang vui chơi còn hai vợ chồng đang khoác tay nhau hướng lên trời. Các chiếc cốc ở đây được thể hiện theo hình vòng cung như lá trước nhưng nằm ở trên trời và ẩn mình trong cầu vồng, thể hiện cho hy vọng và niềm vui mà gia đình hạnh phúc này có được. Khung cảnh của lá bài rất tươi sáng, có sông cũng như một ngôi nhà nhỏ trên sườn đồi – một hình ảnh khá giống với lá hai cốc trước đây thể hiện dường như khẳng định thêm sự hạnh phúc là điểm nhấn của lá bài này. Như vậy nếu so sánh với hệ gậy thì hệ cốc có một kết thúc tươi tắn và vui vẻ hơn rất nhiều, điều này cũng ứng với vấn đề số phận và sự kết thúc hành trình được thể hiện trong hai lá bài cuối cùng ở vị trí thứ 10 trong hành trình thụ pháp và hành pháp, qua đó thể hiện số phận có sự biến đổi và sự kết thúc có thể diễn ra tích cực hay tiêu cực tùy vào trạng thái của các sự kiện trước đó.

HỆ PENTACLES (HỆ TIỀN)

Ace of Pentacles:

Lá bài này là lá đầu tiên trong các lá bài Minor của hệ tiền – là hệ chuyên về các vấn đề liên quan đến vật chất và sở hữu. Khung cảnh của lá bài này được thể hiện cũng có nét khá tương tự như các lá Ace của các hệ khác: đó là hình bàn tay đang cầm đồng tiền như một món quà được trao tặng. Điểm khác biệt ở đây là ở hai hệ gậy và cốc thì bàn tay đưa ra theo hướng từ phải qua trái còn ở đây bàn tay đưa ra theo hướng từ trái sang phải. Ở trong hình ảnh còn thể hiện một khu vườn có hàng rào bao quanh và được chăm sóc cẩn thận, là hình ảnh của sự phát triển tươi tốt. Những hình ảnh được thể hiện trong lá bài cho thấy đây là một sự khởi đầu rất tốt đẹp, ta thấy được các trạng thái khởi đầu ứng với các vấn đề về kỹ năng thường mang ý nghĩa rất tích cực trong cả hành trình thụ pháp và hành pháp được cặp bài ở vị trí số một thể hiện.

Two of Pentacles:

Hình ảnh của lá bài này thể hiện rõ nét sự chuyển động và thay đổi, đây là trạng thái tiến lên từ lá bài trước thể hiện sự

đối trọng và chuyển đổi trong trạng thái của các lá Minor số 2, phù hợp với vấn đề tri thức và cách vận dụng nó được thể hiện thông qua các lá Major trong hành trình thụ pháp và hành pháp. Hình ảnh trung tâm thể hiện chàng thanh niên đang điều khiển hai đồng tiền chuyển động qua lại theo hình số 8, hay vô cực nằm ngang. Đằng sau là khung cảnh hai chiếc thuyền đang vượt sóng cũng thể hiện một sự chuyển động hướng tới sự thay đổi, nhưng có lẽ sự chuyển đổi này không được yên ả như sự chuyển động của hai đồng tiền trong tay chàng trai. Khuôn mặt đăm chiêu của chàng trai cho thấy anh ta đang suy nghĩ cẩn thận cho các hành động tiếp theo của mình. Nhìn chung thì lá bài này tuy diễn tả trạng thái hành động nhưng vẫn mang sự yên ả nhẹ nhàng, có lẽ là do sự chuyển tiếp từ lá bài trước tạo nên.

Three of Pentacles:

Lá bài này tiếp tục thể hiện một sự chuyển dịch, thay đổi so với lá bài trước, ứng với giai đoạn phát triển công việc dưới nền móng vững chắc thông qua các vấn đề về sự che chở giúp đỡ ở các lá Major có vị trí số 3 trong hành trình thụ

pháp và hành pháp. Nếu như lá bài trước lấy khung cảnh ở biển thì lá bài này lấy khung cảnh trong một công trình kiến trúc. Ở đây hình tượng trung tâm là hình ảnh một người đang bắt đầu công việc của mình, có vẻ như công việc ở đây là sửa chữa trùng tu công trình kiến trúc này. Trong lá bài còn thể hiện thêm hai người nữa cũng tham gia vào công việc này, dường như việc của họ là góp ý để giúp nhân vật dễ dàng hơn trong công việc của mình. Hình tượng 3 đồng tiền được khắc họa trên cây cột ở giữa lá bài nhấn mạnh đặc điểm nền móng cũng như vai trò quan trọng của việc xây dựng trong lá bài này.

Four of Pentacles:

Lá bài này thể hiện hình ảnh phát triển hơn nhiều so với lá bài trước. Hình tượng trung tâm của lá bài là hình tượng vị vua đang ngồi trên ngai, một biểu tượng rõ ràng về vấn đề quyền lực. Các đồng tiền trong lá bài này được thể hiện khá cân xứng: một ngôi ở trên đầu vị vua, một ngôi thì ở được giữ trong tay ở giữa ngực còn hai đồng tiền còn lại được đặt dưới hai chân của vua; sự sắp xếp này có lẽ để thể hiện sự ổn định và vững chắc về quyền lực của vua. Sau lưng vua là hình ảnh một thành phố, thể hiện mức độ kiểm soát của vua với lãnh thổ của mình, gián tiếp thể hiện sức mạnh cũng như sự thống trị. Lá bài này thể hiện những hình tượng khá mạnh mẽ và rõ nét về những sự thành công và ổn định vững chắc qua những thứ mà ông vua đang sở hữu,

vì vậy lá bài này thể hiện trạng thái rất phù hợp với vấn đề về quyền lực và địa vị được thể hiện trong các lá Major ở vị trí số 4 trong hành trình thụ pháp cũng như hành pháp.

Five of Pentacles:

Lá bài này mang đến một sự bất ngờ nếu theo dõi liên tục quá trình của các lá bài từ lá Ace tới lá này: từ lá trước là hình ảnh vua sang lá này là hình ảnh hai người hành khất đang đi ngang qua cửa sổ của thánh đường. Hình tượng hai người hành khất này đi trong cơn bão tuyết thể hiện rõ sự khốn khó trong cuộc sống của hai người này và cũng ám chỉ đến những dấu hiệu chung mà lá bài này thể hiện. Điều đáng chú ý là sự ngưỡng vọng của người hành khất với ánh sáng từ cửa sổ của thánh đường nơi ta thấy có hình tượng 5 đồng tiền. Điều này thể hiện sự mong mỏi và khát vọng của nhân vật về một nguồn sáng có thể giúp họ thoát ra khỏi

hoàn cảnh hiện tại nhưng dường như họ chỉ có thể đứng ngoài và nhìn vào đó mà thôi. Các lá bài trước đều diễn tả các hình ảnh của sự thăng tiến vững chắc cho tới lá này là một sự khốn khó dường như khá đột xuất, do vậy có thể thấy lá bài này ẩn chứa nhiều sự biến động bất ngờ, đây là một trạng thái khác của sự biến đổi tính chất sự kiện ở hai mốc quan trọng là từ 4 tới 5 trong các lá Major ở hành trình thụ pháp và hành pháp.

Six of Pentacles:

Lá bài này nhìn chung thể hiện hình tượng tích cực hơn so với lá bài trước. Hình tượng trung tâm của lá bài là người thương nhân với một tay cầm chiếc cân còn tay kia thì cầm tiền. Các đồng tiền trong hình này được thể hiện thành một vòng trên đầu của người thương nhân, còn ở hai bên thì có hai người đang xin sự bố thí từ người thương nhân này. Lá bài này ẩn chứa khá nhiều biểu tượng tương đối khó hiểu như hình tượng tương xứng giữa cái cân và tiền, hình ảnh do 6 đồng tiền tạo nên và cả hình ảnh bố thí của người thương nhân. Tuy vậy nhìn chung lá bài này vẫn tích cực hơn lá trước vì ở đây thể hiện hình ảnh người thương nhân đang bố thí chứng tỏ ông ta có sự ổn định hơn về mặt vật chất so với người hành khất ở lá bài trước, trạng thái này mô tả sự vượt qua khó khăn ở giai đoạn trước và vươn lên nhưng bị thiên quá nhiều về mặt tình cảm, đây chính là vấn đề được các lá Major ở vị trí thứ 6 trong hành trình thụ pháp và hành pháp thể hiện.

Seven of Pentacles:

Lá bài này đánh dấu một sự chuyển biến trong hành trình của các lá Tiền trong hệ Minor, tương ứng với sự chuyển đổi trong các sự kiện được các lá Major thể hiện, cụ thể ở đây là sự chuyển đổi từ tình cảm vượt mức sang sự cố gắng để kiểm soát, cân bằng mọi thứ, trạng thái của hệ này có sự tương đồng khá cao với các lá Major ở vị trí số 7 trong hành trình thụ pháp và hành pháp. Ở hình ảnh của lá bài trước ta thấy hình tượng thương nhân đại diện cho thương nghiệp còn ở đây là hình ảnh người nông dân đại diện cho nông nghiệp. Tuy vậy hình ảnh người nông dân này không có vẻ thành công như người thương nhân: hình ảnh người nông dân đang ngừng việc lao động của mình lại, vừa có vẻ như nghỉ ngơi giữa chừng mà vừa có vẻ như đang suy nghĩ về công việc của mình. Hình ảnh các đồng tiền được vẽ ẩn trong vườn rau dưới chân của người nông dân như là thể hiện cho công việc của anh ta vẫn còn chưa hoàn tất. Nhìn chung lá bài này thể hiện những sự vướng mắc cũng như sự trì hoãn công việc và những ưu tư phiền muộn thông qua các hình ảnh của nó.

Eight of Pentacles:

Lá bài này tiếp tục thể hiện một sự chuyển đổi nghề nghiệp qua hình ảnh nhân vật trung tâm, lần này là hình ảnh thợ thủ công nghiệp. Như vậy ta có thể thấy 3 nghề nghiệp căn bản của xã hội đều đã lần lượt được thể hiện qua các lá bài này, cũng là một sự ám chỉ về vấn đề vật chất trong xã hội. Hình ảnh thể hiện người thợ thủ công đang làm việc với một phong thái rất tỉ mỉ, thể hiện một sự tiến triển tuy không nhanh nhưng rất vững chắc. Các đồng tiền trong lá bài này được thể hiện như sản phẩm của người thợ thủ công, qua đó nói lên tính chủ động và vai trò quyết định của nhân

vật trong lá bài này. Nhìn chung lá bài này thể hiện sự phát triển và phần nào là sự ổn định hơn về mặt vật chất và sở hữu so với lá bài trước, trạng thái này thể hiện tích cực hơn hai hệ trước đó về chủ đề sức mạnh được các lá Major ở vị trí số 8 mô tả trong hành trình thụ pháp và hành pháp.

Nine of Pentacles:

Lá bài này thể hiện cuộc hành trình của hệ tiền đang đi dần đến điểm kết thúc của nó. Hình ảnh trung tâm của lá bài là hình ảnh một tiểu thư đang đứng giữa khu vườn của mình. Các đồng tiền được thể hiện trong khu vườn đầy ắp hoa quả báo hiệu một vụ mùa bội thu và mang về nhiều lợi ích cho chủ nhân của nó. Một hình ảnh khác cũng đáng chú ý là hình tượng chim cắt trên tay của tiểu thư, dường như thể hiện sự thông minh và tính toán cẩn thận của tiểu thư. Nhìn chung thì hình ảnh khu vườn xum xuê thể hiện sự thắng lợi về mặt vật chất là điểm nhấn quan trọng nhất trong lá bài này, càng về sau của cuộc hành trình thì các lá hệ tiền càng thể hiện nhiều trạng thái tích cực so với các hệ trước khi đi với các chủ đề được các lá Major thể hiện, cụ thể ở đây là trí tuệ đem lại sự thắng lợi vững vàng về vật chất.

Ten of Pentacles:

Đây là lá bài cuối cùng trong các lá Minor của hệ tiền, thể hiện sự kết thúc của hành trình các lá bài nói về chủ đề vật chất và sở hữu, cũng tương tự như các hệ trước thì lá bài này tương ứng với chủ đề số phận và thể hiện các trạng thái của sự kết thúc trong hành trình thụ pháp và hành pháp được các lá Major ở vị trí số 10 thể hiện. Lá bài thể hiện hình ảnh một gia đình 3 thế hệ đang sống sung túc hạnh phúc với nhau. Lá bài này hàm chứa rất nhiều các hình tượng khác nhau như sự sắp xếp của 10 đồng tiền trên hình vẽ, những hình ảnh trên áo choàng của ông già, hình tượng của dinh thự bề thế của gia đình này. Tuy vậy vẫn có thể thấy kết thúc khá rõ trong hành trình này là một kết thúc trong sự hạnh phúc được đảm bảo bởi sự đầy đủ của vật chất. Hệ tiền có một kết thúc rất tích cực dù quá trình của nó mang xu hướng chậm và hàm chứa nhiều sự biến động mang tính bất ngờ khó lường.

HỆ SWORDS (HỆ KIẾM)

Ace of Swords:

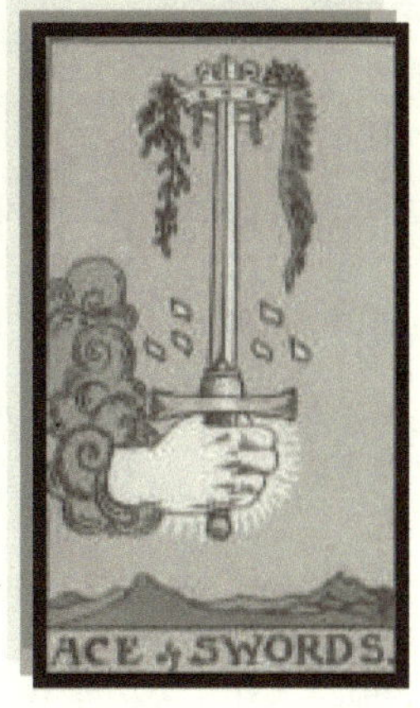

Đây là lá bài đầu tiên trong các lá Minor của hệ kiếm, trạng thái của lá này cũng giống các lá Ace khác là thể hiện vấn đề về khả năng của nhân vật ở bước đầu tiên của hành trình thụ pháp cũng như hành pháp. Cũng như các lá Ace khác ta thấy ở đây hình ảnh thể hiện bàn tay từ đám mây đang cầm thanh kiếm. Ở đây hình ảnh bàn tay cầm kiếm đưa ra theo hướng từ trái sang phải giống với lá Ace của hệ tiền, như vậy hình ảnh của hai hệ kiếm và tiền tạo thành cặp đối lập so với hình ảnh của hai hệ gậy và cốc. Điểm đáng chú ý ở đây là hình ảnh chiếc vương miện ở đầu mũi kiếm, chiếc vương miện còn mang theo hai nhành lá, ở dưới gần chuôi kiếm còn có những hình ảnh như những chiếc lá vàng rơi. Phông nền của hình ảnh là màu tím tượng trưng cho quyền lực nhưng không mấy sáng sủa và những ngọn núi với màu đỏ đậm tạo cảm giác tương đối mờ ảo cho lá bài.

Two of Swords:

Hình ảnh trung tâm của lá bài này thể hiện một người thiếu nữ đang bịt mắt, hai tay của thiếu nữ cầm hai thanh kiếm chĩa theo hai hướng chéo nhau một cách cân xứng. Trang phục và ghế ngồi của thiếu nữ đều mang một màu trắng

tương tự như sắc trắng của lưỡi gươm thể hiện một sự đồng nhất cao độ. Sau lưng thiếu nữ là hình ảnh biển với màu xanh lá cây của cỏ, màu xanh dương của nước biển, màu cam đậm của những hòn đá và dải đất ở xa. Ở trên cao có hình trăng lưỡi liềm là một ẩn ý lớn trong lá bài, phông nền là màu trời đêm nhưng đã có màu sáng ở dưới chứng tỏ bình minh đang bắt đầu đến. Các biểu tượng trong lá hai kiếm tuy thể hiện dưới hình vẽ khá đơn giản nhưng xem ra khá khó để giải đoán nếu so với các lá cùng số ở các hệ khác, thực ra vốn dĩ các lá số hai đã khó giải đoán vì bản thân con số hai ẩn chứa ý nghĩa vừa tương hợp vừa đối trọng lẫn nhau, ứng với vấn đề tri thức được các lá Major ở vị trí số hai thể hiện trong quá trình thụ pháp và hành pháp nên càng phải cẩn thận khi xem xét lá bài này.

Three of Swords:

Hình ảnh của lá bài này dường như thể hiện rõ một sự tổn thương sẽ đến, đây có lẽ là trạng thái tiêu cực nhất trong các hệ khi thể hiện sự kiện thứ 3 trong hành trình thụ pháp và hành pháp, đó là sự bảo vệ để tiến hành công việc hoặc để thay đổi, ý nghĩa lớn nhất có thể thấy được ở đây là để

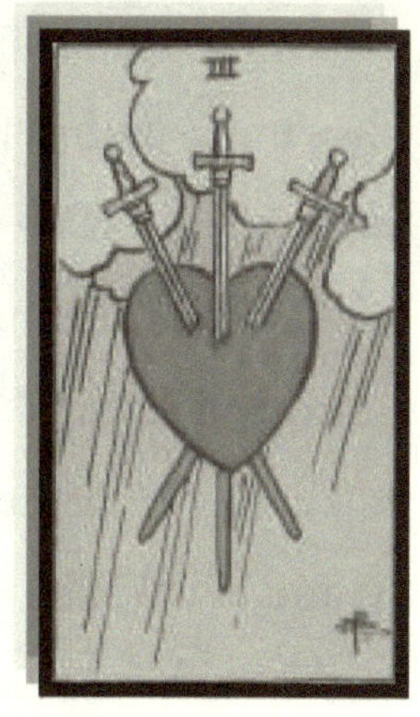

có được sự thay đổi hoặc điều kiện cần thiết để thành công thì phải chấp nhận một số tổn thất. Hình ảnh trung tâm của lá bài thể hiện một trái tim to màu đỏ đang bị 3 thanh kiếm đâm xuyên qua: một cây đâm thẳng từ trên xuống còn hai thanh kia thì đâm chéo từ hai hướng trái và phải từ trên xuống. Phông nền của lá bài cũng không hề tươi sáng khi mang màu sắc hết sức ảm đạm, thêm vào đó là những đám mây giông và cơn mưa đang trút xuống càng thể hiện sự tuyệt vọng. Trong khi các lá Three của các hệ khác đều thể hiện chiều hướng tương đối tích cực với những sự phát triển đi lên thì lá này lại thể hiện sự đi xuống thấy rõ. Tuy vậy hình ảnh của trái tim to màu đỏ cho thấy sự lớn lao và khả năng chịu đựng, có thể những khó khăn không thể làm sụp đổ được những thứ căn bản nhất ở đây.

Four of Swords:

Lá bài này thể hiện xu hướng tương đối tĩnh lặng so với các lá bài trước, trạng thái của lá bài này cũng tương tự như các lá Four của các hệ khác, ta thấy các lá Four là các lá thể hiện sự tương đồng rõ rệt nhất ở các lá Minor, qua đó vấn đề về sự ổn định địa vị và quyền thế được nhấn mạnh như

một mốc nghỉ, kết thúc giai đoạn đầu tiên trong cả hành trình thụ pháp và hành pháp. Phông nền của lá bài tuy vẫn là màu tím mang nét tương đối sầu muộn nhưng đã có những màu sắc khác tạo nên nét tươi sáng cho lá bài. Trước hết là hình ảnh ô cửa sổ ở góc trái có màu sắc tương đối sặc sỡ có hình vẽ Chúa Jesus và vị tông đồ như là một ẩn ý trong lá bài. Ở trung tâm của lá bài là hình người hiệp sĩ đang nằm nghỉ với tư thế chắp tay như tư thế cầu nguyện, kiếm của anh ta được để bên cạnh, điều đáng chú ý là người hiệp sĩ, giường nằm cũng như kiếm của anh ta đều được vẽ màu vàng. Ba thanh kiếm còn lại thì vẫn mang màu sắc như những lá bài trước và được đặt ngay ngắn bên trên người hiệp sĩ, tuy nhiên các mũi kiếm hướng xuống người hiệp sĩ vẫn tạo một cảm giác tương đối không an toàn.

Five of Swords:

Lá bài này thể hiện một sự chuyển đổi trạng thái từ lá bài trước, tiếp tục là sự tương đồng giữa các hệ trong Minor khi các lá Five đều thể hiện trạng thái của sự thay đổi sau sự ổn định ở lá trước, lá này thể hiện rất tương xứng với vấn đề tâm linh được các lá Major ở vị trí thứ 5 trong hành

trình thụ pháp và hành pháp đề cập. Lá bài trước thể hiện hình tượng người hiệp sĩ đang nghỉ ngơi còn lá bài này dường như thể hiện cảnh tượng ngoài chiến trường. Phông nền của lá bài là mầu xanh đậm của trời và các đám mây trắng dường như đang bị gió mạnh thổi qua. Hình ảnh chiến binh thắng trận được thể hiện với 3 thanh kiếm thu được trong tay, hai thanh kiếm của hai người còn lại thì rơi dưới đất và cả hai người đều quay lưng bỏ đi. Hình ảnh xa xa là biển và những ngọn núi tương phản với mặt đất bằng phẳng nơi người chiến binh đang đứng.

Six of Swords:

Lá bài này thể hiện một sự tiếp nối không mấy rõ ràng từ lá bài trước, dường như là một sự đi lên trong hoàn cảnh khó khăn, cũng tương tự như trạng thái đi lên ở các lá Minor khác khi tới vấn đề tình cảm được thể hiện qua các lá Major ở vị trí thứ 6 trong quá trình thụ pháp và hành pháp. Phông nền ở đây vẫn là hình ảnh sông nước như ở lá bài trước tuy nhiên nhân vật không đứng trên bờ nữa mà đang trực tiếp ở trên mặt nước. Hình ảnh trung tâm của lá bài thể hiện hình ảnh một người đang chèo thuyền đưa 6 cây kiếm

cùng một người trùm kín người qua bờ bên kia. Qua đó ta có thể thấy được trạng thái của lá bài này tập trung vào các yếu tố: sự nỗ lực và cố gắng để hoàn thành mục tiêu cũng như thể hiện quá trình hành động không mấy công khai. Hình ảnh mặt nước một bên phẳng lặng còn một bên gợn sóng cũng là một hình ảnh ẩn ý cần được xem xét kỹ lưỡng ở lá bài này.

Seven of Swords:

Đây là lá bài thể hiện một sự biến chuyển nữa của hệ này, gần như các trạng thái của hệ kiếm luôn liên tục thay đổi, thêm vào đó là trạng thái của các lá Seven vốn đã khó đoán vì các trạng thái này thể hiện một sự biến chuyển của sự kiện chính từ tình cảm sang quản lí trong hành trình thụ pháp và hành pháp qua các lá Major ở vị trí số 7. Hình ảnh thể hiện một người đang ôm 5 thanh kiếm rời đi trong khi vẫn còn đang ngoái nhìn lại hai thanh kiếm vẫn còn đang được cắm dưới đất. Một điểm khác biệt so với các lá bài trước là lá này được mô tả bằng những hình ảnh và hoa văn rất sặc sỡ trên trang phục nhân vật cũng như trên những chiếc lều. Hình ảnh các chiếc lều khá giống với một doanh trại cho ta gợi ý rằng có thể nhân vật đang tìm cách đánh cắp những thanh kiếm khỏi doanh trại này. Hình ảnh đất đai gập ghềnh, bóng chiều chạng vạng cũng như 3 bóng đen đang quay lưng đi phía xa xa là sự bổ trợ cho hành động trung tâm mà lá bài thể hiện.

Eight of Swords:

Lá bài này tiếp tục thể hiện một khung cảnh tiêu cực thấy rõ, trong khi các lá Minor của các hệ khác thể hiện bước ngoặt và tương đối có sự đi lên khi kết hợp với vấn đề sức mạnh ở sự kiện thứ 8 trong hành trình thụ pháp và hành pháp thì hệ này tiếp tục thể hiện chiều hướng đi xuống. Nhân vật trung tâm của lá bài là thiếu nữ đang bị trói, bịt mắt đứng giữa 8 thanh kiếm cắm dưới đất. Rõ ràng hình ảnh thể hiện thiếu nữ không thể có bất cứ hành động gì để tự giải phóng cho mình và có vẻ xung quanh cũng không có bất cứ ai có thể giúp đỡ. Nền đất dưới chân thiếu nữ cũng thể hiện sự bất ổn khi có nước xen kẽ với đất và trong tình trạng bị bịt mắt thì thiếu nữ có thể rơi xuống nước bất cứ lúc nào. Phía xa xa có xuất hiện hình ảnh một tòa lâu đài trên núi nhưng dường như thiếu nữ không có bất cứ cách thức gì có

thể tiếp cận được nơi đó.

Nine of Swords:

Hình ảnh trên lá bài này lại một lần nữa là hình ảnh không mang lại sự vui vẻ cho người xem, trạng thái của lá bài này thể hiện cho vấn đề trí tuệ trong hành trình thụ pháp cũng như hành pháp, và lại một lần nữa lá bài này thể hiện trạng thái tiêu cực nhất trong các hệ, chứng tỏ các mối quan hệ đều theo quy luật chung là sớm muộn cũng phải kết thúc. Hình ảnh trên lá bài thể hiện một người đang ngồi trên giường và ôm lấy mặt mình vì không thể ngủ được. Vấn đề làm cho nhân vật không thể ngủ được chính là trọng tâm của lá bài này, và tuy không được thể hiện trực tiếp nhưng cũng có thể thấy được phần nào qua các biểu tượng trong lá bài. Những biểu tượng đáng chú ý là những hoa văn trên tấm chăn của nhân vật, là hình ảnh 3 người được khắc họa trên thành giường, và quan trọng nhất là các thanh kiếm xếp bên trên giường, trong đó có hai thanh như đâm xuyên qua nhân vật. Phông nền toàn màu đen của lá bài này cũng ẩn chứa sự tiêu cực trong các vấn đề mà lá bài này thể hiện.

Ten of Swords:

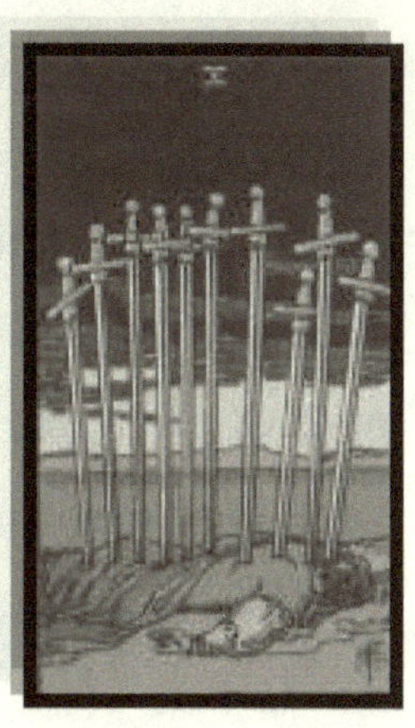

Đây là lá bài cuối cùng trong các lá Minor của hệ kiếm, trạng thái của lá bài thể hiện sự kết thúc của các mối quan hệ tương ứng với vấn đề số mệnh trong hành trình thụ pháp và hành pháp, trạng thái kết thúc của lá này cũng tiêu cực nhất trong các hệ vì nó là hệ quả của một chuỗi các trạng thái tiêu cực trải dài từ trước trong hệ kiếm này. Hình ảnh thể hiện một người nằm chết với 10 thanh kiếm cắm trên lưng. Đây có lẽ là lá bài thể hiện sự chết chóc mạnh mẽ nhất trong bộ bài Tarot vì hình ảnh trực tiếp của nó. Người chết nằm dưới đất có trang phục áo vàng và áo choàng đỏ, có vẻ như là một nhân vật có địa vị, địa điểm nằm chết là bên cạnh mặt nước – địa điểm khá thường thấy trong các lá Minor của hệ này. Ngoài ra, phông nền của lá bài cũng là điều đáng chú ý, không giống với sự độc tôn một màu ở nhiều lá trước, lá này thể hiện màu vàng ở dưới, một lớp màu xám ở giữa và tầng trên cùng là màu đen, như thể hiện cho chiều hướng tiêu cực, đi xuống dần của sự việc.

ẤN PHỤ - LÁ HOÀNG GIA (MINOR ARCANA – COURT CARDS)

Page of Wands:

Lá bài miêu tả một người đàn ông mặc quần áo chỉnh tề, có chút sang trọng. Anh ta đứng trên một vùng đất đầy cát và có vài đùn cát nhô lên ở xa. Xung quanh là bầu trời trong xanh, với màu xanh của hi vọng, kèm theo màu sắc của áo người đàn ông là màu vàng, nổi bật giữa nền trời. Trên áo có những hoa văn Salamander -thằn lằn lửa (được xem là loại bò sát sống gần khu vực có nhiệt độ cao, chẳng hạn miệng núi lửa). Ngoài ra, chiếc nón màu xám được điểm một chiếc lông vũ đỏ, có thể bay theo hướng của gió. Người đàn ông cầm một cây gậy cao hơn đầu, và ánh mắt của người đàn ông chăm chú quan sát thật kĩ như đang đo đạc thứ gì đó, như vậy lá bài này thể hiện điểm tiếp nối giữa trạng thái của số hai và số 3 trong hành trình của các lá Minor: trạng thái chuyển từ sự tính toán sang hành động, và tương ứng với sự chuyển đổi giữa hai sự kiện từ tri thức sang bảo hộ, từ sự thụ động tiếp nhận đến sự chủ động thay đổi.

Knight of Wands:

Lá bài miêu tả một người kị sĩ đang ngồi trên lưng ngựa, anh ta mặc chiếc áo giống như chiếc áo của chàng trai ở lá Page. Chú ngựa đang nâng cao hai chân trước của nó như đầy sức sống và sẽ lao đi bất cứ lúc nào. Chàng kị sĩ cầm gậy trong tư thế cầm thương chuẩn bị tham gia trận chiến, trên đầu anh ta có một chùm lông vũ đỏ rực như mào gà. Ở phía xa là hình ảnh 3 kim tự tháp bằng cát sừng sững. Phông nền khá đơn giản: chỉ là một màu của bầu trời trong xanh không có một gợn mây nào, thể hiện một khung cảnh thích hợp cho trận chiến, như vậy lá bài này thể hiện sự chuyển tiếp giữa lá số 4 và số 5 trong hành trình Minor của bộ gậy: thể hiện trạng thái từ nghỉ ngơi ổn định sang hành trình tiếp theo với mục đích mới, tương ứng với sự chuyển đổi từ quyền lực vật chất sang tâm linh trong hành trình thụ pháp và hành pháp của các lá Major, do vậy tính chủ động ở lá bài này rất lớn.

Queen of Wands:

Hình ảnh của lá bài thể hiện vị nữ hoàng đang ngồi vững vàng trên ngai của mình. Nữ hoàng mặc áo màu vàng có khoác thêm áo choàng, đầu đội mũ miện. Điều đáng chú ý là ánh mắt nữ hoàng hướng về bông hoa hướng dương bên tay trái chứ không hướng về cây gậy bên tay phải. Hoa hướng dương còn xuất hiện ở biểu tượng trên vai và trên đầu của nữ hoàng thể hiện chủ đích nhắm vào biểu tượng này của người vẽ. Ngoài ra còn có các biểu tượng đáng chú ý khác như con mèo đen dưới chân nữ hoàng, các cồn cát hình kim tự tháp ở xa xa, các hình tượng thú ở hai tay của ngai cũng như trong các biểu tượng trên đầu nữ hoàng, như vậy lá bài này thể hiện sự chuyển tiếp từ lá số 6 sang lá số 7: tức là sự thay đổi từ thành công sang cuộc đấu tranh mới ở hệ gậy, tương ứng với sự chuyển đổi sự kiện từ tình cảm sang quản lí ở hành trình thụ pháp và hành pháp.

King of Wands:

Hình ảnh mô tả vị hoàng đế đầy quyền lực đang ngồi trên ngai vàng. Vị hoàng đế mặc áo màu đỏ, khoác áo choàng có hình salamander như ở các lá trước, đầu đội vương miện và tay cầm gậy. Trên chiếc ngai cũng có trang trí nhiều biểu tượng như hình các con thằn lằn cắn đuôi mình hay hình các con sư tử. Một con thằn lằn cũng bò ở dưới bệ của ngai vàng, khuất khỏi ánh nhìn của vị hoàng đế. Nhìn

chung vị hoàng đế tập trung vào cây gậy của mình – một cây gậy vững chắc thể hiện một sự chắc chắn rất cao, như vậy lá bài này thể hiện sự chuyển tiếp từ lá số 8 sang số 9: tức là sự chuyển đổi trạng thái từ cuộc đấu tranh ở mức độ cao sang giai đoạn chuẩn bị kết thúc và thu hoạch, tương ứng với vấn đề về sức mạnh và trí tuệ, thể hiện sự trưởng thành của nhân vật trong hành trình và tới đây thì đã đủ sức giải quyết các vấn đề.

Page of Cups:

Lá bài miêu tả một đàn ông khoác trên mình chiếc áo xanh dương với những cánh sen đang vương lên trong nước, khăn trùm đầu cũng trùng màu với áo. Anh ta đứng trên bờ biển, mặt biển phía sau anh ta dao động với những gợn sóng. Trên tay anh ta lúc này cầm một cái cốc đựng một con cá như vừa bắt lên từ vùng biển phía sau. Nét mặt anh ta đầy vẻ kiêu ngạo với chiến lợi phẩm của mình, dáng bộ cũng không nghiêm chỉnh với niềm tin rằng con cá sẽ không bao giờ rơi ra. Phông nền trong hình ảnh cũng là màu xanh biển thể hiện màu sắc chủ đạo của lá bài này, qua đó cũng nói lên ẩn ý chính của lá bài, như vậy lá bài này

thể hiện sự chuyển tiếp từ trạng thái tình cảm của hai người tăng lên mức chia sẻ cho nhiều người, ứng với quá trình chuyển từ tri thức sang sự che chở trong quá trình thụ pháp và hành pháp, ẩn ý rằng sự phát triển tình cảm này nhận được sự ủng hộ giúp đỡ để tiếp tục phát triển.

Knight of Cups:

Lá bài thể hiện một người kị sĩ cưỡi trên một con ngựa trắng, mặc một bộ giáp sắt, khoác tấm áo choàng có kèm những chi tiết là những chú cá đỏ đang bơi. Trên đỉnh đầu và chân có những đính những đôi cánh như của thần Hermes. Con ngựa đang dừng lại trước một sông nhỏ đang chảy có vẻ khá quanh co và gợn sóng, điều đáng chú ý là trên dây cương của ngựa cũng có hình dòng sông được mô tả giống như vậy. Chàng kỵ sĩ đang cầm chiếc cốc dường như đang tính toán xem nên làm gì để vượt qua những trở ngại trước mặt. Đằng sau con sông còn một dãy núi khá cao và hiểm trở ẩn chứa nhiều nguy hiểm, ở xa xa vẫn có hình tượng các kim tự tháp bằng cát, như vậy lá bài này thể hiện sự kết nối giữa lá thứ 4 và 5 trong các lá Minor của hệ này, thể hiện sự thay đổi từ trạng thái vui vẻ sang mất niềm tin, tương ứng với sự thay đổi từ vấn đề quyền lực trần thế sang vấn đề tâm linh trong hành trình thụ pháp và hành pháp, như vậy ở đây thể hiện những khó khăn mà nhân vật đang gặp phải trước mắt và cần phải nỗ lực vượt qua.

Queen of Cups:

Lá bài thể hiện một hình ảnh nữ hoàng khá khác lạ. Vị nữ hoàng trong lá bài này ngồi trên ngai vàng ngay sát mép nước, chân đạp trên những viên sỏi nhiều màu sắc. Nữ hoàng mặc áo màu trắng, khoác áo choàng màu xanh biển và đội vương miện màu vàng, nhưng quan trọng nhất là chiếc cốc trong lá bài này khác với các chiếc cốc ở các lá cùng hệ, như vậy ẩn ý chính của lá bài nằm ở hình tượng này. Hình ảnh chiếc ngai cũng được thể hiện với các biểu tượng gợn sóng cũng như các tiểu tiên cá được trang trí trên ngai. Hình tượng mặt nước với những gợn sóng nhẹ rất phù hợp với bầu trời trong xanh, ngoài ra xa xa còn có một mỏm đất cao như một hàng rào tự nhiên sau lưng nữ hoàng, như vậy lá bài này thể hiện quá trình chuyển tiếp từ lá số 6 sang lá số 7 trong các lá Minor hệ cốc: tức là từ sự thành công trong tình cảm đến những ảo vọng xa vời, như vậy lá này hàm chứa ý nghĩa tiêu cực, tương ứng với nó là quá trình chuyển từ tình cảm sang kiểm soát ở hành trình thụ pháp và hành pháp cần phải được thực hiện một cách thận trọng và sáng suốt hơn.

King of Cups:

Lá bài thể hiện hình ảnh ông vua đang ngồi trên ngai vàng, cũng như lá Queen thì lá này cũng thể hiện hình ảnh độc đáo. Ông vua trong lá bài đang ngồi trên ngai vàng giữa biển, như thể ông chính là vị vua của biển cả. Ông mặc áo màu xanh, khoác áo choàng màu vàng và quấn khăn đỏ, ông đội vương miện trên đầu và đeo sợi dây chuyền có đính một con cá vàng. Trên hai tay của vua cầm một chiếc cốc và quyền trượng, nét mặt của ông thể hiện sự quyết đoán khá rõ rệt. Hình ảnh mặt biển đang dậy sóng khá dữ dội với hình ảnh con cá nhảy lên và con thuyền chao đảo cũng rất đáng chú ý trong lá bài này, như vậy lá bài này thể hiện sự chuyển đổi từ lá số 8 sang lá số 9 trong hành trình các lá

Minor của bộ cốc: tức là sự chuyển đổi từ trạng thái dứt khoát ra đi tới trạng thái chờ đợi thu hoạch những kết quả tốt đẹp mình đã làm được, tương ứng với nó là quá trình chuyển đổi từ sức mạnh sang trí tuệ của hành trình thụ pháp và hành pháp trong các lá Major được thực hiện cách tốt đẹp.

Page of Pentacles:

Lá bài miêu tả một người đàn ông mặc một chiếc áo màu xanh lục đã phai màu, chiếc ủng có màu da, khăn choàng đầu màu đỏ rực. Người đàn ông đứng trên một cánh đồng nhỏ có một nhóm cây mọc từ đằng xa. Bên góc phải có hình ảnh ngọn đồi có màu xanh đậm tương đối nổi bật trên hình ảnh. Phông nền xung quanh người đàn ông màu vàng trùng với đồng tiền anh ta đang với tay đón lấy, bầu trời lúc này như màu của những chiếc lá vàng khi tới thu sẽ rơi xuống. Nét mặt chàng trai có đôi chút ngạc nhiên pha thêm sự nghi vấn về những thứ anh ta sắp đạt được, như vậy lá bài này thể hiện sự chuyển tiếp từ lá số hai sang số 3 trong hành trình các lá Minor của hệ tiền: tức là quá trình chuyển từ sự tính toán cân đối những vật chất hiện có sang sự khởi đầu công việc mới, tương ứng với nó là quá trình chuyển từ vấn đề tri thức sang vấn đề bảo hộ ở hành trình thụ pháp và hành pháp, ở đây quá trình này đòi hỏi một sự chuyển đổi khéo léo và rất cần một chỗ dựa vững chắc.

Knight of Pentacles:

Lá bài miêu tả một người kị sĩ mặc bộ giáp sắt từ đầu tới chân, khoác tấm áo choàng màu đỏ đậm. Chàng kỵ sĩ ngồi trên con ngựa đen tuyền cũng được buộc dây cương màu đỏ đậm. Điểm đáng chú ý là trên đầu chàng kỵ sĩ cũng như trên đầu ngựa đều có một chỏm cây thể hiện cho yếu tố đất của lá bài. Hình ảnh mô tả chàng kỵ sĩ đang cầm một đồng tiền trong tay như đang suy nghĩ xem mình nên làm gì tiếp theo với nó. Khung cảnh của lá bài cũng là màu vàng như lá Page, chàng kỵ sĩ cưỡi ngựa đứng trên mỏm đất màu xanh, phía xa xa là những thửa ruộng bậc thang có vài ngọn cây và hình dáng một dãy núi ở xa, như vậy lá bài này thể hiện trạng thái chuyển từ lá số 4 sang lá số 5 trong chuỗi hành trình Minor của hệ tiền: tức là trạng thái chuyển từ sự ổn định về quyền lực sang những sự thiếu thốn, khốn khó bất chợt; tương ứng với nó là quá trình chuyển từ vấn đề quyền lực sang tâm linh ở các lá Major trong hành trình thụ pháp và hành pháp, qua đó thể hiện sự hi sinh mất mát nhất định phải có để dấn thân vào con đường mới, hoặc là những tai họa không tránh được.

Queen of Pentacles:

Lá bài mô tả hình ảnh nữ hoàng của hệ tiền đang ngồi trên ngai vàng trong khu vườn của mình. Nữ hoàng mặc áo trắng, váy đỏ và áo choàng màu xanh lá cây, trên đầu có vương miện và cầm đồng tiền to trong tay. Khung cảnh khu vườn là cảnh thanh bình tĩnh lặng với cây trái trĩu quả, dưới chân nữ hoàng là các loại rau cỏ và một chú thỏ đang chạy qua, xa xa là hình ảnh sông núi. Phông nền của lá bài là màu vàng, màu của mùa thu và mùa của sự thu hoạch. Trên chiếc ngai của nữ hoàng cũng trang trí rất nhiều biểu tượng đáng chú ý như đầu dê ở tay, hình người ở bên hông, hình mặt trời trên đầu và nhiều biểu tượng khác, như vậy lá này thể hiện trạng thái chuyển tiếp từ lá số 6 sang 7 trong các lá Minor hệ tiền: tức là trạng thái chuyển từ sự thành công, có lời sang sự chững lại và những phân vân suy

tư về các khó khăn sắp tới, tương ứng với nó là vấn đề tình

cảm chuyển sang quản lí, kiểm soát trong các lá Major ở hành trình thụ pháp và hành pháp, điểm nhấn ở đây là ẩn ý về việc phải xử lí các vấn đề về vật chất bằng lí trí chứ không được thiên về vấn đề tình cảm.

King of Pentacles:

Lá bài mô tả ông vua đang ngồi tận hưởng những thành quả của mình. Sự sung túc là điều được thể hiện rất rõ trong lá bài này: vị vua mặc áo toàn hình ảnh những chùm nho chín, trên vương miện cũng có hình hoa trái, tư thế ngồi như vừa thắng trận (chân còn mặc giáp). Chiếc ngai màu đen thể hiện quyền lực của đất, trên hai tay chạm trổ hình đầu trâu. Xung quanh vị vua có nhiều loại cây và dây leo thể hiện sự che chở bảo vệ. Hình ảnh vị vua đang ngồi trên thành, phía sau là hình dáng tòa lâu đài cũng thể hiện sự chắc chắn và ổn định trong lá bài này, như vậy lá bài này thể hiện sự kết nối giữa lá số 8 và 9 trong hành trình các lá Minor hệ tiền, ở đây thể hiện trạng thái chuyển từ sự tỉ mỉ cẩn thận trong làm ăn tới sự thu hoạch thắng lợi và nhàn nhã hưởng thụ thành quả đang tới, ứng với nó là sự chuyển tiếp từ sức mạnh sang trí tuệ ở hành trình thụ pháp và hành pháp trong các lá Major, qua đó thể hiện sự kết hợp giữa hai yếu tố này sẽ mang lại những thành công lớn lao cho nhân vật.

Page of Swords:

Lá bài miêu tả một người đàn ông mặc một chiếc áo màu đỏ đậm, mái tóc xoã ra theo cơn gió thổi. Anh ta đứng trên một chỏm đá, các đám mây sau lưng tạo hình như khói bốc lên nghi ngút. Anh ta cầm một thanh kiếm dài trong tư thế như đang sẵn sàng chiến đấu với bất cứ kẻ thù nào sắp xuất hiện. Nét mặt của anh ta lúc này đăm chiêu đầy vẻ nghi hoặc. Gió lúc này như thổi mạnh mẽ về một hướng xác định, thể hiện được yếu tố khí của lá bài, phía xa xa có hình ảnh biển và núi thể hiện sự rộng lớn của khung cảnh, như vậy lá bài này thể hiện sự chuyển đổi từ lá số hai sang số 3 của hệ kiếm: tức là trạng thái từ cân bằng kiềm chế cho tới bị các mối quan hệ làm ảnh hưởng dẫn tới muộn phiền, tương ứng với nó là quá trình chuyển từ tri thức sang sự bảo hộ, có lẽ nhân vật nhận ra rằng mình không có sự che chở tốt mà mình cần và không có các sự giúp đỡ như mong muốn.

Knight of Swords:

Lá bài thể hiện một kỵ sĩ đang ngồi trên lưng một chú ngựa trắng, tràn trề sinh lực lao thẳng về phía trước. Người kỵ sĩ khoác trên mình chiếc áo choàng đỏ, trên đỉnh nón có hình đôi cánh đỏ, chàng giương cao thanh kiếm chỉ về phía trước, gương mặt giận dữ, đầy quyết tâm, chú ngựa bị giục dây cương mạnh mẽ đang hí vang lao về phía trước. Trên áo choàng của kỵ sĩ và trên dây cương của ngựa có hình các con chim thể hiện yếu tố khí của lá bài. Gió thổi mạnh và ngược với hướng của chàng nhưng chàng vẫn rất quyết tâm lao tới. Phông nền cho thấy các đám mây trên trời cũng bị gió thổi bạt, hai cái cây ở xa xa cũng nghiêng ngả và dường như cồn cát phía sau cũng bị thổi bay một phần lớn, như vậy lá bài này thể hiện sự kết nối giữa lá số 4 và lá số 5: tức là từ trạng thái chủ động hòa hoãn đến sự xung đột trực diện dẫn tới những mất mát không tránh khỏi, tương ứng với nó là quá trình chuyển từ vấn đề địa vị quyền lực sang vấn đề tâm linh trong hành trình thụ pháp và hành pháp, ở đây vấn đề đặt ra là đòi hỏi sự quyết đoán trong tư tưởng nhân vật khi hành động để tránh những tổn thất lớn cho mình.

Queen of Swords:

Hình ảnh thể hiện nữ hoàng đang cầm gươm và tính toán hành động kế tiếp của mình. Chiếc ngai được đặt ở vị trí tạo cảm giác như là đang ở lưng chừng trời, xung quanh là rất nhiều mây bao phủ, đằng sau ngai có hai cây nhưng thấp hơn vị trí ngai. Nữ hoàng mặc áo trắng khoác áo choàng xanh có hình những đám mây, đầu đội vương miện, tay phải cầm kiếm giơ lên còn tay trái giơ ra như để tính toán những yếu tố cần thiết. Hình ảnh chiếc ngai cũng có rất nhiều biểu tượng đáng chú ý như hình đầu thiên thần hay hình con bướm, ngoài ra còn một số biểu tượng khác. Hình ảnh nền trời xanh có duy nhất một cánh chim bay là nét cuối cùng được thể hiện trong lá bài, như vậy lá bài này thể hiện trạng thái chuyển từ lá số 6 sang 7 trong hành trình các lá Minor hệ kiếm: tức là chuyển từ trạng thái đạt được những thành công qua sự tính toán gian khổ tới những thất bại bất ngờ không đoán trước, tương ứng với nó là quá trình chuyển từ vấn đề tình cảm sang quản lí kiểm soát được thể hiện trong hành trình thụ pháp và hành pháp, qua đó đặt ra vấn đề là phải học cách kiểm soát tình hình sau những bài học về việc quá thiên về tình cảm trong các mối quan hệ.

King of Swords:

Hình ảnh thể hiện vị vua của hệ kiếm đang ngồi trên ngai vàng. Vị vua mặc áo xanh, khoác áo choàng tím, quấn khăn màu cam và đội vương miện, dáng ngồi thẳng, nét mặt nghiêm trọng cũng như tư thế cầm kiếm thể hiện tư thế phán xét của ông vua. Hình ảnh xung quanh thể hiện vị vua đang ngồi trên mỏm núi, xung quanh có đồng cỏ và phía sau có một số cây. Hình ảnh các đám mây cũng được thể hiện xung quanh chứng tỏ vị trí này cũng rất cao. Ngoài ra các hình ảnh trang trí trên chiếc ngai cũng rất đáng chú ý (hình mặt trăng, hình bướm, hình thiếu nữ), như vậy lá bài này thể hiện sự chuyển tiếp từ lá số 8 sang số 9 trong hành trình Minor hệ kiếm: tức là trạng thái chuyển từ sự bị động, không thể làm được gì sang trạng thái bị các mối quan hệ áp lực tạo khủng hoảng, tương ứng với nó là quá trình chuyển từ sức mạnh sang trí tuệ trong hành trình thụ pháp và hành pháp của các lá Major, qua đó thể hiện sự bế tắc trong giải quyết các vấn đề của nhân vật và đòi hỏi phải kết hợp cả sức mạnh lẫn trí tuệ để thoát khỏi tình trạng khó khăn này.

« …Life is a journey that must be traveled no matter how bad the roads and accommodations.»

- Oliver Goldsmith

VỀ TÁC GIẢ

Lâm Nguyễn, cử nhân sử học, một người nghiên cứu sử và văn hóa tâm linh tại Tp Hồ Chí Minh. Thành viên mật hội Ordo Tarocchi Mysticum.

Philippe Ngo, tiến sĩ, một người nghiên cứu tarot tại Pháp. Sáng lập viên của mật hội Ordo Tarocchi Mysticum. Thành viên của cộng đồng Tarot Huyền Bí. Tác giả một số cuốn chuyên luận về tarot như: Dự Đoán Thời Gian Trong Tarot, Ánh Trăng Ma Quái, Di Sản Thánh Thần…

www.ingramcontent.com/pod-product-compliance
Lightning Source LLC
LaVergne TN
LVHW101148250826
846485LV00031B/213

* 9 7 8 1 9 8 9 9 9 3 9 5 8 *